중국어 한국어 베트남어 3국어

일상회화 비교대역

중국어 한국어 베트남어 3국어 일상회화 비교대역

발행   2022 08월 25일
저자   김형진
펴낸이   한건희
펴낸곳   주식회사 부크크
출판사등록 2014. 07. 15(제2014-16호)
주소   서울특별시 금천구 가산디지털1로 119 A동 305호
전화   1670-8316
E-mail   info@bookk.co.kr
ISBN   979-11-372-9283-3

일상회화 비교대역

· 김형진 지음

중국어
한국어
베트남어
3국어

차례

■■ 머리말

중국어, 한국어, 베트남어, 3국어 총 65개 상황별 기본 일상 회화 3중 대역(對譯)이다.

3개 국어 모두 한자에 기반한 언어로서 순 우리말, 순 베트남말을 제외하면, 한국, 베트남의 문자생활은 70-80%가 한자어로 이루어지고 있다고 해도 과언은 아니다. 비록 발음상 차이는 크지만, 문자화된 각국어의 의미상 차이는 매우 유사하다. 3개국의 공식문서는 비록 서로 다른 문자로 표기되어있으나, 그 내용에 사용된 어휘는 놀라울 정도로 닮아있다. 간결, 정확을 요하는 문서는 결국 한자어에 의존하지 않고는 중언부언이 되기 십 상이기 때문일 것이다. 아름다운 순우리말을 지켜내고 이어가는 노력만큼이나 이미 우리 언어생활의 기초가 된 한자어에 대한 학습, 이해 또한 매우 중요하다. 각각 대륙의 동쪽 끝, 서쪽 끝에 위치하여 끊임없이 대륙과 친선과 반목을 거듭해온 3국 간의 역사 이해를 위해서도 유익한 작업임을 믿어 의심치 않는다. 발음이 너무 달라 너무 멀게만 느껴지는 3개 국어가 기실 같은 뿌리를 공유한다면 역으로 그 뿌리를 향해가는 학습법이 유효할 수도 있기에 실험적 차원에서 3개 국어의 일상 회화를 한자표기를 기준으로 하는 삼중 비교 대역 작업을 통해 그 유효성을 확인해 보려 한다.

베트남어의 경우, 한자(漢字)를 차자(借字)하여 베트남어를 표기하기 위해 사용한 쯔놈 (chữ nôm, 字南)이라는 구식 표어 문자가 있는 바, 현대에서는 거의 사용되지 않는다. 본서에서는 이를 현대 베트남어의 개개 일상 회화 표현에 병기(倂記)하였다. 로마자 표기인 베트남어를 한자, 쯔놈으로 바라보면 의미를 직관적으로 이해할 수 있는 명백한 잇점이 있다. 중국어 또한 어구별로 그 한어병음(汉语拼音)을 병기 하였으며 중국, 베트남어 모두 최대한 현지 발음에 따른 한글 표기를 병기 하였으므로 (물론, 정확하다고 말하긴 어렵다, 그저 참고로만 활용 바란다) 초급자의 실전 응용에 도움이 되기를 바란다.

1장

중한베 3국어 일상어구 100선

順	中國	韓國	越南
01	你好 Nǐ hǎo 니이 하오	안녕	Chào bạn 嘲 伴 짜오 반
02	好久不見 Hǎo jiǔ bú jiàn 하오 지어우 부우 지앤	오랜만이야!	Lâu rồi không gặp 数 耒 空 返 러우 조이 콩 갑
03	最近在忙什么？ Zuìjìn zài máng shénme 쮀이진 짜이 마앙 셔언머	요즘 어때요?	Dạo này bạn thế nào 蹈 尼 伴 勢 茹 자오 나이 반 테에 나오
04	你身体还好吗？ Nǐ shēntǐ hái hǎo ma 니이 셔언티 하이 하오 마	건강은 여전하시죠?	Sức khỏe vẫn tốt chứ? 飭 劫 吻 醉 chứ? 슥 쾌 버언 또옷 쯔?
05	你叫什么名字？ Nǐ jiào shénme míngzì 니이 지아오 셔언머 미잉쯔	이름이 어떻게 되죠?	Bạn tên là gì ? 伴 毭 羅 之? 반 뗀 라 지?
06	您贵姓？ Nín guìxìng 니인 꿰이 시잉		
07	久仰大名 Jiǔ yǎng dà míng 지어우 야앙 따아 미잉	존함은 오래전에 들었습니다	Nghe tên bạn đã lâu 䏵 毭 伴 㐌 数 응에 뗀 반 다아 러우
08	认识您，很高兴 Rènshi nín hěn gāoxìng 러언쓰 니인, 허언 까오시잉	당신을 알게 되어 무척 기쁩니다	Rất vui được làm quen với bạn 慄 愹 特 ⼞ 怊 唄 伴 젓 부이 드억 라암꿰앤 버이 반
09	谢谢 Xièxiè 씨에 씨에	감사합니다	Cám ơn 感 恩 깜 어언
10	不用谢 Bú yòng xiè 부우 유웅 씨에	감사랄게 없어요 별 말씀을	Không khách sáo 空 客 牢 콩 카익 싸오
11	不客气 Bú kèqi 부 커어 치	천만에요	Không khách sáo 空 客 牢 콩 카익 싸오
12	一举手之劳 Yì jǔ shǒu zhī láo 이이 쥐이 셔우 즈 라오	별 것도 아니예요	Đó chỉ là chuyện nhỏ thôi ma 妬 只 羅 嘽 疕 催 ma 도오 찌 라 쭈옌 뇨오 토이 마
13	再见 Zài jiàn 짜이 지앤	또 만나요	Tạm biệt 暫 別 땀 비엣
14	對不起 Duì ·bu qǐ 뛔이 부 치이	미안합니다	Xin lỗi 吀 纇 씨인 로오이

順	中國	韓國	越南
15	没关系 Méi guān·xi 메이 꾸안 시	괜찮아요	Không sao 空 牢 콩 싸오
16	很抱歉 Hěn bàoqiàn 허언 빠오 치앤	죄송합니다	Xin lỗi 吀 纇 씨인 로오이
17	别放在心上 Bié fàng zài xīn shang 비에 파앙 짜이 시인 샤앙	마음에 두지 마시고	Đừng để trong lòng 停 底 馳 悉 드응 데에 쪼옹 로옹
18	加油 Jiā yóu 지아 여우	힘내라 (파이팅!)	Cố lên nào 故 蓮 芇 꼬오 레엔 나오
19	别担心 Bié dān xīn 비에 딴 시인	걱정말아요	Đừng bận tâm 停 半 心 드응 번 떰
20	你放心吧! Nǐ fàng xīn ba 니이 파앙 시인 바		Yên tâm đi! 安 心 扷 옌 떰 디
21	你在干什么呢 Nǐ zài gàn shénme ne 니이 짜이 까안 셔언머 너	너 뭐 하고 있니?	Bạn đang làm gì vậy? 伴 當 ⼌ 之 丕 반 다앙 라암 지 버이
22	我很想你 Wǒ hěn xiǎng nǐ 워어 허언 시앙 니이	네가 보고 싶어	Tôi nhớ bạn 碎 忬 伴 또이 녀어 반
23	我爱你 Wǒ ài nǐ 워어 아이 니이	당신을 사랑해요	Tôi yêu bạn 碎 愜 伴 또이 이어우 반
24	你住在哪里? Nǐ zhù zài nǎlǐ ? 니이 쭈우 짜이 나알리이	어디 살아요?	Bạn sống ở đâu vậy? 伴 雊 於 兜 丕 반 쏘옹 어더우 버이
25	欢迎你到我家做客 Huānyíng nǐ dào wǒjiā zuòkè 화니잉 니이 따오워쟈 쭈오커어	저희 집에 오신 것을 환영합니다	Chào mừng bạn đến nhà tôi chơi 嘲 憫 伴 到 茹 碎 逥 짜오 믕 반 데엔 냐 또이 쩌이
26	请问小李在吗 Qǐngwèn xiǎo lǐ zài ma 치잉워언 샤오리이 짜이마아	이씨 계십니까?	Cho hỏi Xiao Li có ở nhà không? 朱 嗨 小李 固 於 茹 空 쪼오호이 샤오리 꼬오어어 냐콩
27	请进 Qǐng jìn 치잉 찌인	들어오세요	Mời vào 哶 馣 머이 봐오
28	你的生日是几月几号 Nǐ de shēngrìshì jǐyuè jǐ hào 니더셔엉러셔지이위에지이하오	생일이 언제입니까?	Khi nào là sinh nhật của bạn? 欺 芇 羅 生 日 貼 伴 키 나오 라 시잉녓 꾸어 반
29	你家有几口人 Nǐ jiā yǒu jǐ kǒu rén 니이쟈 여우 지이 커우러언	가족은 몇 명입니까?	Gia đình bạn có bao nhiêu người 家 庭 伴 固 包 懇 𠊛 쟈아딩 반 꼬오 바오니유 응어이
30	现在几点 Xiànzài jǐ diǎn 시앤짜이 지이 디앤	지금 몇시 인가요?	Bây giờ mấy giờ rồi 噓 暴 尒 暴 耒 버이 져 머이 져 조이

順	中國	韓國	越南
31	时间不早了 shíjiān bù zǎo le 셔어지앤 뿌우 짜올러	늦었어요	Trễ rồi/Không còn sớm nữa 袒 耒/空 群 歳 叹 쩨에 조이/ 콩 꼰 서엄 느어
32	改天再来拜访 Gǎitiān zàilái bàifǎng 까이티앤 짜일라이 빠이파앙	다음에 또 찾아뵙겠습니다	Ngày khác tôi tới thăm nữa 唭 恪 碎 細 探 叹 응아이 카악 또이 떠이 탐 느어
33	路上小心 Lùshang xiǎoxīn 루우샤앙 사오시인	길 조심하세요	Đi cẩn thận nhé 扡 謹 慎 nhé 디 꺼언 턴 내애
34	请留步 qǐngliúbù 치잉 리어우 뿌우	나오지 마세요	Xin chờ chút 吘 徐 怵 씨인 쩌어 쭈웃
35	喂,请问是哪位? Wèi, qǐngwèn shì nǎ wèi? 웨이 치잉워언셔 나아 웨이	[전화] 누구시죠?	Chào, cho hỏi đây là ai vậy? 嘲, 朱 嗨 低 羅 埃 丕 짜오, 쪼오호이 더일라 아이 버이
36	他在,你稍等 Tā zài, nǐ shāo děng 타아 짜이, 니이 샤오 드엉	[전화] 있어요, 잠시 기다리세요	Anh ấy có ở đây,bạn chờ chút nhé 偀 衣 固 扵 低,伴 徐 怵 nhé 아잉어이꼬오어더이,반쩌웃내애
37	请他给我回个电话 Qǐng tā gěi wǒ huígè diànhuà 치잉타게이워어 훼이거띠앤화	[전화]제게 전화하라 고 해주세요	Xin anh ấy gọi điện thoại lại cho tôi 吘 偀 衣 噲 電話 徕 朱 碎 씨인아잉어이 고이디엔톼이 쪼오또이
38	你打错电话了 Nǐ dǎ cuò diànhuàle 니이 다아 추오 띠앤후알러	전화 잘 못 거셨네요	Bạn gọi nhầm số rồi 伴 噲 恁 數 耒 반 고이 녀엄 쏘오 조이
39	今天几号? Jīntiān jǐ hào? 찌인티앤 지이 하오	오늘 며칠이죠?	Hôm nay ngày mấy? 馭 念 唭 尒 홈 나이 응아이 머이
40	今天星期几? Jīntiān xīngqí jǐ? 찌인티앤 시잉치이 지	오늘 무슨 요일이죠?	Hôm nay thứ mấy? 馭 念 次 尒 홈 나이 트어 머이
41	我今天没时间 Wǒ jīntiān méi shíjiān 워어 찐티앤 메이 셔어지앤	오늘 시간이 없어요	Hôm nay tôi không có thời gian 馭 念 碎 空 固 時間 홈나이 콩 꼬오 터이 쟌
42	你什么时候有空? Nǐ shénme shíhòu yǒu kòng? 니니 셔언머 셔어허우 여우 쿠옹	언제 시간이 납니까?	Khí nào bạn có thời gian rảnh? 欺 芇 伴 固 時間 冷 키 나오 반 꼬오 터이쟌 자잉
43	我想买双鞋 Wǒ xiǎng mǎi shuāng xié 워어 시앙 마이 슈아앙 시에	나는 신발 한켤레를 사고 싶다	Tôi muốn mua đôi giày 碎 憫 膜 對 履 또이 무온 무어 도이 쟈이
44	我们去看京剧吧 Wǒmen qù kàn jīngjù ba 워어먼 취 카안 지잉쥐 바	우리는 경극을 보러 갑니다	Chúng ta đi xem kịch nhé 眾 . 扡貼 劇 nhé 쭈웅 따 디쎔 끽 내애
45	坐地铁去吧 Zuò dìtiě qù ba 쭈오 띠이티에 취 바아	지하철로 가자	Đi tàu diện ngầm nhé 扡 艚 電 沉 nhé 디 따우 디엔 응엄 내애
46	下雨路滑, 不好开车 Xià yǔ lù huá, bù hǎo kāichē 샤위이루우화아,뿌우하오카이처어	비가 내려 길이 미끄 러워 운전은 안 좋아	Trờimưa đường trơn,láixe không an toàn 歪 霜 塘 沴,椑車 空 安全 짜이므어 즈엉쩐, 라이새 콩 안또안

8

順	中國	韓國	越南
47	没问题 Méi wèntí 메이 워언 티이	문제없어요	Không sao đâu 空 牢 兜 콩 싸오 더우
48	我们几点见? Wǒmen jǐ diǎn jiàn 워먼 지이 디앤 지앤	언제 만날까요?	Chúng ta mấy giờ gặp nhau? 眾 撻 尒 暴 迻 憢 쭈웅 따 머이 져 갑 냐우
49	不见不散 bújiàn búsàn 부우지앤 부우싼	반드시 나와야 돼	Không gặp không về nhé 空 迻 空 術 nhé 콩 갑 콩 베 내애
50	你能等我一会儿吗 Nǐ néng děng wǒ yīhuǐ'er ma 니이너엉 드엉워어 이후얼 마	나 좀 기다려줄래	Bạn có thể chờ tôi một lát không? 伴 固 勢 徐 碎 乂 落 空 반 꼬오테에 쩌 또이 못랏 콩
51	我马上到 Wǒ mǎshàng dào 워어 마아샹 따오	나 곧 도착해	Tôi tới ngay 碎 細 㕴 또이 떠이 응아이
52	对不起, 我来晚了 duì·bu qǐ, wǒ lái wǎnle 뛔이 부 치이, 워어 라이완러	늦어서 미안합니다	Xin lỗi, tôi tới trễ 吁 纇, 碎細褪 씨인로오이, 또이 떠이 쩨에
53	讓你久等了 Ràng nǐ jiǔ děngle 라앙 니이 지어우 드엉러	오래 기다리게 했습니다	Phải để bạn chờ lâu 沛 底 伴 徐 数 파이데에반 쩌 러우
54	你有什么爱好? Nǐ yǒu shén·me àihào? 니이 여우 셔언머 아이하오	어떤 취미가 있으신 지요?	Bạn có sở thích gì không? 伴 固 所 適 之 空 반 꼬오 써티익 지 콩
55	我喜欢音乐和游泳 Wǒ xǐhuān yīnyuè hé yóuyǒng 워어시환잉위에허어여우유용	나는 음악과 수영을 좋아해요	Tôi thích âm nhạc và bơi lội 碎 適 音樂 吧揲沬 또이 티익 엄냑 바 버이 로이
56	出什么事了 Chū shén·me shìle 추우 셔언머 셜러	무슨 일이 있나요?	Xảy ra chuyện gì vậy? 仕 㗪 嘖 之 丕 써이 자 쭈엔 지 버이
57	我不知道 Wǒ bù zhīdào 워어 뿌우 쯔다오	나는 모릅니다	Tôi không biết 碎 空 別 또이 콩 비엇
58	他心情不好 Tā xīnqíng bù hǎo 타 시인치잉 뿌우 하오	그는 기분이 틀어졌 어요	Anh ta không vui 偀 些 空 惆 아잉따 콩 부이
59	我感冒了 Wǒ gǎnmàole 워어 까안마올러	나는 감기 걸렸어요	Tôi bị cảm rồi 碎 被 感 耒 또이 비 깜 조이
60	你好点儿了吗 Nǐ hǎo diǎn er le ma 니이 하오 디알러 마	좀 좋아졌나요	Bạn khỏe lại duoc chút nào chưa 伴 劫 吏 特 怵 芇 楮 반 쾌 라이 드억 쭈웃 나오 쯔어
61	今天比昨天冷 Jīntiān bǐ zuótiān lěng 찌인티앤 비이 쭈오티앤 러엉	오늘은 어제보다 춥다	Hôm nay lạnh hơn hôm qua 歆龕 冷 欣 歆戈 홈나이 라잉 헌 홈꽈아
62	你少喝点儿酒 Nǐ shǎo hē diǎn er jiǔ 니이 샤오 허어 디아알 지우	너는 술을 조금만 마셔라	Bạn uống rượu ít thôi 伴 旺 醪 乣 催 반 우엉 지어우 잇 토오이

順	中國	韓國	越南
63	这里有什么特色菜 Zhè li yǒu shén·me tèsè cài 쩌어리 여우 셔언머 터써어 차이	여기의 특선 요리는?	Ở đây có món đặc sản gí không? 於低 固 芇 特産 之空 어어더이 꼬오 몬 닥싼 지이 콩
64	就要这些 Jiù yào zhèxiē 지어우야오 쩌어씨에	이것 들만 주세요	Lấy những thứ này 祕仍次尼 러이 녀영 트어 나이
65	你尝尝这个 Nǐ cháng cháng zhège 니이 차앙차앙 쩌어거	이거 맛 좀 봐요	Bạn ăn thử cái này 伴 咹試 丏尼 반 안 트어 까이 나이
66	真好吃 Zhēn hào chī 쩌언 하오 츠	정말 맛있다	Rất ngon 慄 啱 저엇 응온
67	干杯 Gānbēi 까안뻬이	건배합시다	Cạn ly nào! 乾 璃 芇 까안 리이 나오
68	真的不能再喝了 Zhēn de bùnéng zài hēle 쩌언더 뿌우너엉 짜이허얼러	정말 더는 못 마시겠다	Tôi không thể uống thêm nữa 碎空 勢旺 添 攺 또이 콩 테에 우엉 템 느어
69	我吃抱了 Wǒ chī bàole 워어 츠 빠올러	배부르게 먹었다	Tôi ăn no rồi 碎 咹 飯未 또이 안 노오 조이
70	服务员, 结账 Fúwùyuán, jiézhàng 푸우우우위앤, 지에 짜앙	여기 계산 부탁합니다	Phục vụ ơi, tính tiền nào 服 務啘,并 錢 芇 품부 어이, 띠잉 띠언 나오
71	今天我请客 Jīntiān wǒ qǐngkè 찌인티앤 워어 치잉 커어	오늘은 내가 냅니다	Hôm nay tôi khao nhé 冣 愈碎犒 nhé 홈나이 또이 카오 내애
72	又让你破费了 Yòu ràng nǐ pòfèile 여우 라앙 니이 푸어페일러	또 당신이 돈을 쓰게 만드네요	Lại để bạn tốn tiền nữa rồi 更 底伴 損 錢 攺未 라이 데에 반 또온 띠언 느어 조이
73	请问, 有空房间吗 Qǐngwèn, yǒu kòng fángjiān ma 치잉워언,여우쿠웅파앙지앤마	빈 방이 있습니까	Cho hỏi có phòng trống không? 朱 嗨固 房 糚 空 쪼오 호오이 꼬오 포옹 쫑 콩?
74	我要退房 Wǒ yào tuì fáng 워러 야오 퉤이 파앙	퇴실하겠습니다	Tôi muốn trả phòng 碎 憫 版房 또이 무언 짜아 포옹
75	可以刷信用卡吗 Kěyǐ shuā xìnyòngkǎ ma 커어이이 샤 시인유웅카아마	신용카드로 결제해도 됩니까?	Tôi có thể dùng thẻ tín dụng không 碎 固勢 用 箄 信用 空 또이 꼬오 테에 주웅 태 띠인중 콩
76	请问邮局这么走 Qǐngwèn yóujú zhème zǒu 치잉워언 여우쥐 쩌머 쩌우	우체국 가는 길을 알 려주세요	Cho hỏi bưu điện đi đường nào? 朱 嗨郵 電 捇塘 芇 쪼오호오이 브우디엔 디 드엉 나오
77	我想寄包裹 Wǒ xiǎng jì bāoguǒ 워어 시잉 지 빠오구어	소포를 보내고 싶어요	Tôi muốn gửi kiện hàng 碎 憫 寄件行 또이 무언 그이 끼엔 하잉

10

| 78 | 我没有零钱
Wǒ méiyǒu língqián
워어 메이여우 리잉치앤 | 난 잔돈이 없어요 | Tôi không có tiền lẻ
碎 空 固 錢 袷
또이 콩 꼬오 띠언 래애 |

順	中國	韓國	越南
95	用汉语这么说? Yòng hànyǔ zhème shuō? 유옹 하안위이 쩌머 슈어	중국말로 어떻게 말합니까	Trong tiếng Hán nói như thế nào 䞟 嗆 漢 吶 如 勢 苧 쪼옹 띠엉 하안 노이 녀 테에나오
96	萝卜青菜,恪有所爱 Luóbo qīng cài, gè yǒu suǒ ài 루어뽀어치잉차이,꺼여우수오아이	전부 다 좋아합니다	Cái nào cũng thích 丐 苧 拱 適 까이나오 꾸옹 티익
97	现在汇率是多少 Xiànzài huìlǜ shì duōshǎo 시앤짜이훼일리 셔 뚜어 샤오	현재 환율은 얼마죠	Hiện tại tỷ giá bao nhiêu? 現 在 比 價 包 魘 히엔 따이 띠이쟈 바오니유
98	我要回国了 Wǒ yào huíguóle 워어 야오 훼이 구얼러	나는 귀국해야 합니 다	Tôi phải về nước đây 碎 沛 術 渃 低 또이 파이 베 느억 더이
99	不能送你去机场了 Bùnéng sòng nǐ qù jīchǎngle 뿌우너엉 쑝니이 취 지차앙러	공항에 배웅하러 못 나갑니다	Tôi không tiễn bạn ra sân bay được rồi 碎 空 餞 伴 𦀾 憐 飛 特 耒 또이 콩 띠언 반 자 썬 바이 드억조이
100	祝你一路平安 Zhù nǐ yīlù píng'ān 쭈우 니이 이일루우 피잉안	가시는 길 평안을 빕 니다	Chúc bạn lên đường bình an nhé 祝 伴 蓮 塘 平 安 nhé 쭈욱 반 렌 드엉 비잉안 내애

順	中國	韓國	越南
79	附近有提款机吗 Fùjìn yǒu tí kuǎn jī ma 푸우진 여우 티이 콴 지이 미	부근에 ATM기 있나요?	Gần đây có máy rút tiền nào không 斯 低 固櫃 揆錢市 空 건더이 꼬오 마이 줏띠언 나오 콩
80	司机师傅,去飞机场 Sījī shīfù, qù fēijī chǎng 쓰지셔푸, 취 페이지이 차앙	기사님, 공항으로 갑시다	Tài xế ơi,đi sân bay nhé 才 車 味,㭷燐 飛 nhé 따이세 어이, 디 썬바이 내애
81	有没有到上海的票 Yǒuméiyǒu dào shànghǎide piào 여우메이여우따오상하이더퍄오	상해행 표 있나요	Còn vé nào đi Thượng Hải nữa không 群 派市 㭷上 海 妹空 꼬온베애나오 디 트엉하이 느어 콩
82	我想订票 Wǒ xiǎng dìng piào 워어 시앙 띠잉 퍄오	표를 예약하고 싶어요	Tôi muốn đặt vé 碎 憫 噠派 또이 무언 닷 배
83	现在有特价机票吗 Xiànzài yǒu tèjià jīpiào ma 시앤짜이 여우 터어쟈 지퍄오마	지금 특가 표 있나요?	Hiện tại có vé khuyến mãi không 現 在 固派勸 買空 히엔 따이 꼬오 쿠엔 마이 콩
84	我随便看看 Wǒ suíbiàn kàn kàn 워어 수이비앤 카안 카안	그냥 둘러볼게요	Để tôi xem thử 底碎 貼 試 데에 또이 쌤 트어
85	可以试试吗 Kěyǐ shì shì ma 커어이이 셔셔어 마	입어봐도 되나요?	Có thể thử được không 固 勢試 特 空 꼬오테에 트어 드억 콩
86	有别的颜色吗 Yǒu bié de yánsè ma 여우 비에더 이앤써어 마	다른 색상도 있나요?	Có màu sắc khác không 固牟 色 恪 空 꼬오 마우쌋 카악 콩
87	多少钱? Duōshǎo qián 뚜어 샤오 치앤	얼마입니까	Bao nhiêu tiền? 包 髎 錢 바오 니유 띠언
88	太贵了 Tài guìle 타이 꿰일러	엄청 비싸네요	Mắc quá! 默 過 맛 꽈아
89	能便宜点儿吗 Néng piányí diǎn er ma 너엉 피앤이이 디알 마	좀 깎아줄 수 있나요	Tính rẻ hơn được không 并 易欣 特 空 띠잉 재애 허언 드억 콩
90	你是哪国人 Nǐ shì nǎ guórén 니이 셔 나아 구어러언	당신은 어느 나라 사람인가요	Bạn là người nước nào 伴 羅𠊚渃市 반 라 응어이 느억 나오
91	你会说汉语吗 Nǐ huì shuō hànyǔ ma 니이 훼이 슈어 하안위이 마	중국말 할 줄 아세요	Bạn có nói tiếng Hán được không 伴 固呐㗂 漢特空 반 꼬오 노이 띠엉 하안 드억 콩
92	我在中国工作 Wǒ zài zhōngguó gōngzuò 워어 짜이 쯍궈 꿍주오	나는 중국에서 일하고 있어요	Tôi làm việc tại Trung Quốc 碎 罒役 在 中 國 또이 라암 비억 따이 쭈옹 꾸옥
93	我的汉语不好 Wǒ de hànyǔ bù hǎo 워어 더 하안위이 뿌 하오	나는 중국말 잘 못합니다	Tôi nói tiếng Hán không giỏi lắm 碎 呐㗂 漢空 矯𡂰 또이 노이 띠엉하안 콩 조이 라암
94	请您慢点儿说 Qǐng nín màn diǎnr shuō 치잉 니인 만디알 슈어	천천히 말해주세요	Bạn hãy nói chậm lại nhé? 伴 駭呐 踸 吏 nhé? 반 하이 노이 쩜 라이 내애

2장

중한베 3국어 일상회화 비교대역

1 인사

中國	韓國	越南
你好吗 Nǐ hǎo ma 니이 하오마	안녕	Bạn khỏe không? 伴 劫 空 반 쾌애 콩
好久不见了 Hǎo jiǔ bújiànle 하오 지우 부우 지앤러	오랜만이야!	Lâu rồi không gặp 数 末 空 返 러우 조이 콩 갑
最近在忙什么？ Zuìjìn zài máng shénme 쮀이진 짜이 마앙 셔언머	요즘 어때요?	Dạo này bạn thế nào 蹈 尼 伴 勢 茹 자오 나이 반 테에 나오
你身体还好吗？ Nǐ shēntǐ hái hǎo ma 니이 셔언티 하이 하오 마	건강은 여전하시죠?	Sức khỏe vẫn tốt chứ? 飭 劫 吻 醉 chứ? 슥 쾌 버언 또옷 쯔?
要注意身体啊 Yào zhùyì shēntǐ a 야오 쭈우이이 셔언티이 아	건강 조심하세요	Phải chú ý sức khỏe nhé 沛 注意 飭 劫 nhé 파이 쭈우 이 슥 쾌 내애
我叫李 Wǒ jiào lǐ 워어 지아오 리이	내 이름은 '리'라고 해	Tên tôi là Ly 㤚 碎 羅李 뗀 또이 라 '리'
你叫什么名字？ Nǐ jiào shénme míngzì 니이 지아오 셔언머 미잉쯔	이름이 뭐예요?	Bạn tên là gì? 伴 㤚 羅 之 반 뗀 라 지
您什么称呼 Nín shénme chēnghu 니인 셔언머 청후우	뭐라고 부르면 되죠?	Mình nên gọi bạn thế nào 艒 栻 噲 伴 勢 茹 밍 넨 고이 반 테에 나오
叫我李就行了 Jiào wǒ lǐ jiù xíngle 지아오 워어 리 지어우 시잉러	'리'라고 부르면 됩니다	Gọi tôi là Ly thì được rồi 噲 碎 羅 李 唓 特 耒 고이또이라 리 티이 드억 조이
您是李经理吗 Nín shì lǐ jīnglǐ ma 니인 셔 리이 징리이 마	(당신이) 이 사장님 이신가요?	Bạn là giám đốc Ly phải không? 伴 羅 監 督 李 沛 空 반 라 쟘 돕 '리' 파이 콩
我就是 Wǒ jiù shì 워어 지어우 셔	네, 그렇습니다	Vâng, là tôi đây 邦, 羅 碎 低 벙, 라 또이 더이

中國	韓國	越南
这是我的名片 Zhè shì wǒ de míngpiàn 쩌어 셔 워어더 미잉피앤	제 명함입니다	Đây là danh thiếp của tôi 低 羅 名 帖 貼 碎 더이라 자잉 티엡 꾸어 또이
见到你很高兴 Jiàn dào nǐ hěn gāoxìng 지앤따오니이 허언 까오싱	만나서 반갑습니다	Rất vui được gặp bạn 慄 愞 特 返 伴 젓 부이 드억 갑 반
我来介绍一下 Wǒ lái jièshào yīxià 워어 라이 지에샤오 이샤	소개하겠습니다	Để tôi giới thiệu với bạn 底 碎 介 紹 唄 伴 데에 또이 져이 터어우 버이 반
这位是李小姐 Zhè wèi shì lǐ xiǎojiě 쩌어 웨이 셔 '리'샤오제	이분은 미스'리'입니다	Đây la cô Ly 低 羅 姑 李 더이 라 꼬 '리'
久仰久仰 Jiǔyǎng jiǔyǎng 지어우 야양 지어우 야양	말씀 많이 들었습니다	Tôi dã nghe tên bạn lâu rồi 碎 㐌 聴 㐌 伴 数 耒 또이 다아 응에 뗀 반 러우 조이
幸会幸会 Xìng huì xìng huì 씨잉훼이 씨잉훼이	만나서 반갑습니다	Rất vui được làm quen 慄 愞 特 爫 悁 젓 부이 드억 람 꿴

❶称呼 chēnghu 부르다. 일컫다

❷名片 míngpiàn 명함

❸介绍 jièshào 소개하다

❹久仰 jiǔyǎng 존함은 오래 전부터 들었습니다

❺幸会 xìng huì 만나 뵙게 되어 기쁩니다

❻lâu 数 1. 긴 2. 오랫동안 3. 오랫동안 걸쳐서

❼gặp 返 1. 만나다 2. 우연히 만나다

❽dạo này 蹈尼 요즈음

❾thế nào 勢芇 1. 어떻게 2. 어떻습니까?

❿sức khỏe 飭劲 건강

⓫vẫn 吻 여전히

⓬tên 㐌 이름

⓭gọi 噲 1. 부름 2. 부르다

⓮nên 铖 1. 그러므로 2. ~하지 않으면 안되다 3. 왜냐하면~

⓯thì 𠰚 ~할 시, ~할 때, ~일 때, ~인 경우, ~(이)라면, -(으)면

⓰giám đốc 監督 사장

⓱phải không 沛空 ~이죠?

⓲Vâng 邦 예, 그래요

⓳danh thiếp 名帖 명함

⓴rất 慄 1. 지극히 2. 매우 3. 아주

㉑vui 愞 기쁜, 즐거운

㉒để 底 1. 두다 2. …하기 위해서

㉓với 唄 함께

㉔nghe 聴 듣다   ㉕quen 悁 1. 알다 2. 친한

中國	韓國	越南
谢谢 Xièxiè 시에 시에	감사합니다	Cám ơn 感 恩 깜 어언
非常感谢 Fēicháng gǎnxiè 페이 차앙 까안 시에	정말 감사합니다	Rất cám ơn 慄 感 恩 젓 깜 언
太感谢您了 Tài gǎnxiè nínle 타이 까안시에 니인러	정말 감사합니다	Vô cùng cám ơn bạn 無 窮 感 恩 伴 보 꿍 깜 언반
多亏了您的帮忙 Duōkuīle nín de bāng máng 뚜어 쿠일러 니인더 빠앙 마앙	도와주셔서 대단히 고맙 습니다	Cám ơn sự giúp đỡ của bạn 感 恩 事 劸 拖 貼 伴 깜 어언 쓰 주웁더어 꾸어 반
给您添麻烦了 Gěi nín tiān máfanle 게이 니인 티앤 마아판러	번거롭게 해드렸습니다	Làm phiền bạn quá 㗂 煩 伴 過 람 피언 반 꽈아

❶多亏 Duōkuī

1. 부사 덕분에. 다행히 (→幸亏), (=多得)

2. 동사 은혜를[덕택을] 입다

❷亏 kuī [虧] 이지러질 휴 1.부족하다 2.줄다 3.손해 4.저버리다

❸sự giúp đỡ 事劸拖 도움

❹làm phiền 㗂煩 폐를 끼치다

中國	韓國	越南
不用谢 búyòngxiè 부우 유웅 시에	천만에요 아무 것도 아니예요	Không có gi 空　固之 콩 꼬오 지
不客气 búkè·qi 부 커어치	괜찮아요	Đừng khách sáo 停　客　sáo 드응 카잌 싸오
一举手之劳 yì jǔ shǒu zhī láo 이이쮜이 셔우 즈 라오	별것 아닙니다	Đó chỉ là chuyện nhỏ thôi mà 圖 只 羅 嗔　吥 催 麻 도 찌이라 쭈엔 뇨오 토이마
不用见外 búyòng jiànwài 부우용 지앤와이	다른 사람도 아닌데요, 뭘 쑥스러울 것 없어요	Đừng e thẹn 停　唉惿 드응 애 탠
没关系 méiguānxì 메이꽈안시	전혀 문제없어요	Không sao 空　牢 콩 싸오

❶见外 jiànwài 타인 취급하다. 남처럼 대하다. 서먹서먹하게 대하다

❷đừng 停 …하지 말라. …해서는 안된다

❸e thẹn 唉惿 부끄러워하다, 쑥스럽다, 수줍다, 면구스럽다

中國	韓國	越南
对不起 duì ·bu qǐ 뚜이 부 치이	미안합니다	Xin lỗi 吤　纇 씨인로이
很抱歉 hěn bàoqiàn 허언 빠오 치앤	정말 죄송합니다	Xin lỗi 吤　纇 씨인로이
都怪我 dōu guài wǒ 떠우 꽈이 워어	제 잘못입니다	Lỗi của tôi 纇　貼碎 로이 꾸어 또이
我错了/是我的错 Wǒ cuòle/ Shì wǒ de cuò 워러 추올러/ 셔 워더 추오	제 잘못입니다	Tôi có lỗi 碎　固纇 또이 꼬 로이
别放在心上 Bié fàng zài xīn shàng 비에 파앙짜이 신 샤앙	마음에 두지 마세요	Đừng để trong lòng 停　底 融悥 드응 데에 쫑 롱

❶抱歉 bàoqiàn 1. 미안하게 생각하다 2.미안해하다

❷错 cuò [錯] 섞일 착 1.들쑥날쑥하다 2.갈다 3.교행하다 4.놓치다

❸lỗi 纇 1. 과실 2. 실수 3. 잘못

❹trong lòng 融悥 내부에, 마음 속에 (으로)

中國	韓國	越南
你能行 Nǐ néng xíng 니이 너엉 시잉	넌 할 수 있어	Bạn được mà 伴 特 麻 반 드억 마
你没问题的 Nǐ méi wèntí de 니이 메이 워언 티이 더	넌 문제없이 돼	Bạn không có ván đề gì 伴 空 固 問 題 之 반 콩 꼬오 버언데에 지
要相信自己 Yào xiāngxìn zìjǐ 야오 시앙신 쯔지이	자신을 믿어	Phải tin vào bản thân 沛 信 飲 本 身 파이 띤 봐오 바안 턴
别担心 Bié dānxīn 비에 딴시인	걱정마세요	Đừng lo lắng 停 慮 憫 드응 로오 랑
别紧张 Bié jǐnzhāng 비에 지인 짜앙	긴장풀어요	Đừng căng thẳng 停 兢 躺 드응 깡 타앙
放松一点儿 Fàngsōng yīdiǎn er 파앙쑤웅 이디알	긴장을 풀어요 느긋하게 하세요	Thả lỏng một chút 且 哢 爻 怵 타아 로옹 못 쯧
这没什么 Zhè méishénme 쩌 메이셔언머	이건 아무 것도 아니다	Không có chuyện gì 空 固 嘩 之 콩 꼬오 쭈엔 지
一切都会好起来的 Yīqiè dūhuì hǎo qǐlái de 이이치에 떠우훼이하오치이라이더	전부 다 잘 될거야	Mọi chuyện sẽ ổn thôi 每 嘩 吔穩 催 모이 쭈엔 쌔애 오온 토이
没事儿的 méishìèr de 메이셔얼 더	문제없어요	Không sao đâu 空 牢 兜 콩 싸오 더우
问题不大 wèntíbúdà 워언티이 부우따	별것 아닙니다	Không có vấn đề gì lớn đâu 空 固 問 題 之纇 兜 콩 꼬오 버언데지 러언 더우
你放心吧 nǐfàngxīnba 니이 파앙 시인 바	마음 놓으세요	Bạn yên tâm đi 伴 安 心 扐 반 엔 떰 디

❶放松 fàngsōng 1.늦추다 2.관대하게 하다 3.풀어주다

❷lo lắng 慮憫 1. 걱정스러운 2.걱정하다

❸thả lỏng 且哢 1. 놓아주다 2. 풀다

❹ổn 穩 1. 온화한 2. 안정된.

4 친구의 집

中國	韓國	越南
请问小李在吗 Qǐngwèn xiǎo lǐ zài ma 치잉원 샤오리이 짜이 마	이씨 집에 있나요?	Cho hỏi Xiao Ly có ở đây không 朱 晦 小 李 固 於低 空 쪼오 호이 샤오리 꼬오어더이 콩
这是我的妹妹, 小娜 Zhè shì wǒ de mèimei, xiǎo nà 쩌어 셔 워더 메이메이, 샤오나	애가 내 여동생, 샤오나	Đây là em gái của tôi, Xiao Na 低 羅媕 奻貼 碎小 娜 더이라 앰가이 꾸어또이 샤오나
真可爱! Zhēn kě'ài 쩌언 커어 아이	정말 귀엽구나	Thật dễ thương 實 易 傷 텃 제에 트엉
你多大了? Nǐ duōdàle 니이 뚜어 따알러	너 몇 살이니?	Bạn bao nhiêu tuổi? 伴 包 饒 歲 반 바오 니유 뚜오이
您高寿? Nín gāoshòu 니인 까오 셔우	연세가 어떻게 되시나요?	Bạn thọ bao nhiêu? 伴 壽 包 饒 반 토 바오 니유
祝您健康長壽! Zhù nín jiànkāng chángshòu! 쭈우 니인 지앤캉 차앙셔우	건강 장수를 빕니다	Chúc bạn sống thọ khỏe mạnh! 祝 伴 㶜 壽 劸 猛 쭈욱 반 송 토 쾌애 마잉
你家有机口人 Nǐ jiā yǒu jī kǒu rén 니이지아 여우 지이 커우 러언	가족은 몇 명이니?	Giađình bạn có bao nhiêu thành viên? 家庭 伴固包饒 成 員 쟈아딩반 꼬오 바오니유 타잉비언
我家有四口人 Wǒjiā yǒu sì kǒu rén 워어 지아 여우 쓰 커우 러언	우리 가족은 4명입니다	Gia đình tôi có bốn người 家 庭 碎 固 罕 䊚 쟈딩 또이 꼬오 본 응어이
这是我的全家福 Zhè shì wǒ de quánjiāfú 쩌어 셔 워어 더 취앤지아푸우	이것은 우리 가족 사진 입니다	Đây là hình chụp cả gia đình tôi 低 羅 形 執 奇 家 庭 碎 더이라 힝쭙 까아 쟈딩 또이
你的生日是几月几号? Nǐ de shēngrì shì jǐ yuè jǐ hào? 니이더 셔엉러러셔 지이위에 지이하오	생일이 몇월 며칠입니까	Sinh nhật của bạn là vào ngày nào 生 日 貼 伴羅 𠓨 㫰 芇 싱녓 꾸어 반라 봐오 응아이나오
祝你生日快樂 Zhù nǐ shēngrì kuàilè 쭈우 니이 셔엉러러 콰일러어	생일 축하합니다	Chúc bạn sinh nhật vui vẻ! 祝 伴 生 日 㐒 𠶋 쭈욱 반 싱녓 부이 배애
你家有宠物吗 Nǐ jiā yǒu chǒngwù ma? 니이지아 여우 초옹우우 마	집에 반려동물 기르나요?	Nhà bạn có nuôi thú cưng không 茹 伴 固 餒 獸 姜 空 냐반 꼬오 누오이투우꿍 콩
我们家有一只漂亮的小狗 yǒu yī zhǐ piàoliangde xiǎo gǒu 여유 이이쯔 파오량더 샤오 꺼우	우리는 예쁜 강아지 한 마리 기르고 있어요	Nhà tôi có nuôi một chó rất đẹp 茹 碎 固 餒 𠬠 犬 慄 㦗 냐또이 꼬오 누오이 못쪼오젓댑

❶全家福 quánjiāfú 1.가족사진 2.요리의 일종

❷宠物 chǒngwù 애완동물/ 养宠物 yǎng chǒngwù 애완동물을 기르다

❸dễ thương 易傷 1. 호감을 주는 2. 기분좋은

❹thọ 壽 1. 오래 살다 2. 장수하다 3. 연세, 향년

中國	韓國	越南
时间不早了 Shíjiān bù zǎole 셔어지앤 뿌우 짜올러	시간이 늦었습니다	Thời gian không còn sớm nữa 時 間 空 群 㵋 吺 터이쟌 콩 꼰 서엄 느어
我们该走了 Wǒmen gāi zǒule 워어먼 까이 쩌울러	우리는 가야겠네요	Chúng ta phải đi thôi 众 𢧚沛 𠫾 催 쭈웅따 파이 디 토이
再坐一会儿吧 zài zuò yíhuìer bā 짜이쭈오 이이후얼바	좀 더 있다 가세요	Ở lại thêm một lát nữa 於吏 添 𠬠 落 吺 어어라이 템 못 랏 느어
我们还有事呢 Wǒmen hái yǒushì ne 워어먼 하이 여우 셔 너	일이 또 있어요	Chúng tôi còn bận công chuyện 众 碎 群 䊷 工 嚩 쭈웅또이 꼰 번 꼬옹 쭈엔
改天再来拜访 Gǎitiān zàilái bàifǎng 까이티앤 짜이라이 빠이팡	다음에 다시 뵙겠습니다	Khi khác tới thăm bạn nữa nhé 欺 恪 細 探 伴 吺nhé 키 카앜 떠이 탐 반 느어 내애
有空再来玩儿啊 Yǒu kòng zàilái wán er a 여우 쿵 짜이라이 와알 아	시간나면 또 놀러와요	Có thời gian tới chơi nữa nhé 固 時 間 細 𨔈 吺nhé 꼬오 터이쟌 떠이 쩌이 느어 내
以后常来看您 Yǐhòu cháng lái kàn nín 이이허후 차앙 라이 카안 니인	이제 자주 만납시다	Sau này tới thăm bạn thường xuyên 𨖲 尼 細 探 伴 常 川 싸우나이 떠이 탐 반 트엉 쑤웬
我先回去了 Wǒ xiān huíqùle 워어 시앤 훼이췰러	저는 먼저 가겠습니다	Tôi về trước nhé 碎 衛 𠓀 nhé 또이 베 쯔억 내애
我们走了 Wǒmen zǒule 워먼 쩌울러	저희들은 가보겠습니다	Chúng tôi đi dây 众 碎 𠫾 低 쭈웅 또이 디 더이
慢走 Màn zǒu 마안 쩌우	천천히 가세요	Về cẩn thận 衛 謹 慎 베 껀 턴

❶bận 䊷 바쁜

❷công chuyện 工嚩 1. 일 2. 사업

❸thường xuyên 常川 1. 자주 2. 정규의 3. 규칙적인

❹cẩn thận 謹慎 조심성있는

中國	韓國	越南
请问小李在吗? Qǐngwèn xiǎo lǐ zài ma 치잉원 샤오리리 짜이 마	'샤오리' 계신가요?	Cho hỏi cô Ly có ở đây không? 朱 嗨 姑李 固 於 低 空 쪼오 호이 꼬리꼬오 어더이 콩
她不在 Tā búzài 타아 부우짜이	없습니다	Cô ấy không có ở đây 姑伩 空 固 於低 꼬어이 콩 꼬오 어 더이
她去哪儿了? Tā qù nǎ'erle 타아 취 나알러	어디 갔나요?	Cô ấy đi đâu thế? 姑伩 移 兜 勢 꼬 어이 디 더우 테에
出去办事去了 Chūqù bànshì qùle 추우취 빠안셔 췰러	일이 있어 나갔습니다	Đi ra ngoài có công chuyện rồi 移 黜 外 固 工 嘖 耒 디자 응오와이 꼬오 꽁쭈웬 조이
她什么时候回来? Tā shénme shíhòu huílái 타아 셔언머 셔허우 훼일라이	언제 돌아오나요?	Cô ấy về lúc nào? 姑伩 術 昁芇 꼬어이 베 룹 나오
不太清楚 bú tài qīng chǔ 부우 타이 치잉추	확실히 모르겠습니다	Không rõ lắm 空 燴鬙 콩 조오 라암
你找她有急事? Nǐ zhǎo tā yǒu jíshì 니이 짜오 타 여우 지이셔	급한 일로 찾으시나요?	Bạn tìm cô ấy có chuyện gấp? 伴 尋 姑伩 固 嘖 急 반 띰 꼬어이 꼬오 쭈웬 겁
你打她手机吧 Nǐ dǎ tā shǒujī ba 니이 따아타 셔유지 바	휴대폰에 전화해보시죠	Gọi di động cho cô ấy nhé 噲 移動 朱 姑伩 nhé 고이 지 동 쪼 꼬 어이 내애
我一定转告 Wǒ yídìng zhuǎngào 워어 이이띵 쭈안카오	그렇게 전해드리겠습니다	Tôi nhất định sẽ chuyển lời 碎 一定 唯 傳 喠 또이 녓딩 쌔애 쭈웬 러이

❶转告 zhuǎngào 1.전언하다 2.전달하다

❷一定 yídìng 1.규정되어 있다 2.고정불변의 3.반드시 4.특정한

❸Đi ra 移黜 나가다

❹ngoài 外 밖, 외부, 그 이외

❺lúc nào 昁芇 언제, ~할 때, 언제든

❻rõ lắm 燴鬙 ~에 밝다, 잘~(안다, 들린다, 보이다)

❼chuyển lời 傳喠 말을 전하다

中國	韓國	越南
喂，你好,是小李家吗？ Wèi, nǐ hǎo, shì xiǎo lǐ jiā ma? 웨이,니이 하오,셔 샤오리지아마	안녕하세요， 샤오리 씨 댁인가요?	Dây là nhà của XiaoLy phải Không? 低 羅 茹 貼 小李 沛 空 더이라 냐 꾸어 샤오리 파이 콩
她在，您稍等 Tā zài, nín shāo děng 타 짜이, 니인 샤오 더엉	네, 있어요, 잠시 기다리세요	Cô ấy ở đây, xin chờ một lát 姑 伕 於低, 吀 徐 爻 落 꼬어이 어어 더이, 신쩌못랏
你等等，我找她来接电话 wǒ zhǎo tā lái jiē diànhuà 니등등 워짜오타라이지에띠앤화	잠시 기다리세요 전화받으라고 할게요	Tôi gọi cô ấy nghe điện thoại 碎 噲 姑伕 聏 電 話 또이고이 꼬어이 응애 디엔타이
小李，你的电话 Xiǎo lǐ, nǐ de diànhuà 샤오리, 니더 띠앤화	샤오리, 니 전화야	Xiao Ly, bạn có điện thoại 小李， 伴 固 電 話 샤오리, 반 꼬오 디엔톼이
喂，请问是哪位 Wèi, qǐngwèn shì nǎ wèi 웨이, 치잉워언 셔 나아 웨이	네, 누구시죠?	Xin chào, cho hỏi ai vậy? 吀 嘲， 朱 唏 埃 丕 신짜오, 쪼 호오이 아이 버이
你打错了 Nǐ dǎ cuòle 니이 따아 추올러	잘못 거셨습니다	Bạn gọi nhầm số rồi 伴 噲 忹 數未 반 고이 념 쏘오 조이

❶稍等 shāo děng 잠시 기다리다/ 稍等一会儿 shāo děng yíhuìr 잠시 기다리세요

❷打错 dǎ cuò 1. 잘못 치다 2.타자를 틀리게 치다

❸phải Không? 沛空 ~인가요?, ~이죠?

❹một lát 爻落 1. 찰나2. 순간3. 단시간

❺nhầm 忹 1.실수하다 2.잘못 알다

6 약속

中國	韓國	越南
你什么时候有空? Nǐ shénme shíhòu yǒu kòng 니 셔언머 셔어허우 여우 쿵	넌 언제 시간 나니?	Khi nào bạn có thời gian rảnh 欺 帀 伴 固 時 間 冷 키나오 반 꼬오 터이쟌 라잉
一起吃晚饭好不好 Yīqǐ chī wǎn fàn hǎobù hǎo 이이치이 츠으완판 하오뿌우하오	같이 저녁식사 어때?	Chúng ta cùng nhau ăn cơm nhé 眾 𢧲共 饒 咹 粓 nhé 쭈웅 따 꿍 냐우 안 껌 내애
我想给男友买礼物 Wǒ xiǎng gěi nányǒu mǎi lǐwù 워시앙게이난여우 마이 리이우우	남친에게 선물을 사 주려고 합니다	Tôi muốn mua cho bạn trai 碎 㦖 𧶭 朱 伴 䊭 또이 무온 무어 쪼오 반 짜이
我好久没逛街了 Wǒ hǎojiǔ méi guàngjiēle 워어 하오지어우 메이꽈앙지엘러	거리 쇼핑이 너무 오랜만입니다	Lâu lắm rồi tôi không đi dạo 数 𡗋 耒 碎 空 𠫾 踏 러우 라암 조이 또이 콩 디자오
我想去买双鞋 Wǒ xiǎng qù mǎi shuāng xié 워어 시앙 취 마이 슈앙 시에	나는 신발을 사려고 합니다	Tôi muốn mua đôi giày 碎 㦖 𧶭 對 履 또이 무온 무어 도이 자이
我们去看电影吧 Wǒmen qù kàn diànyǐng ba 워어먼 취 카안 띠앤이잉 바	우리는 영화보러 갑니다	Chúng ta đi xem phim nhé 眾 𢧲 𠫾䀡 phim nhé 쭈웅따 디 샘피임 내애

❶逛街 guàngjiē 1.거리를 구경하며 돌아다니다 2.거리를 쏘다니다 3.아이쇼핑하다
❷rảnh 冷 1.한가한 2.자유롭게 되다
❸cùng nhau 共饒 함께
❹ăn cơm 咹粓 밥 먹다
❺đi dạo 𠫾踏 1. 산보하다 2.산책하다
❻phim 영화 (film)

坐地铁去吧 Zuò dìtiě qù ba 쭈오 띠이티에 취이 바	지하철타고 가자	Đi tàu điện ngầm nhé 𠫾 艚 電 沉nhé 디 따우 디엔 응엄 내애
在哪儿见? Zài nǎ'er jiàn 짜이 나알 지앤	어디서 만날까?	Gặp nhau ở dâu? 㨱 饒 於 兜 갑 내우 어어 더우
我在地铁站等你 Wǒ zài dìtiě zhàn děng nǐ 워어 짜이 띠티에 짜안 더엉 니이	지하철역에서 기다릴게	Tôi chờ bạn ở ga tàu điện ngầm 碎徐伴於ga艚 電 沉 또이 쩌 반 어 가 따우디엔응엄
我们几点见? Wǒmen jǐ diǎn jiàn? 워어면 지이 디앤 지앤	몇 시에 만날까요?	Chúng ta gặp lúc mấy giờ? 眾 𢧲㨱 𣅶 𠇍 𣇞 쭈웅 따 갑 룹 머이 져?

❶tàu điện ngầm 艚電沉 지하전기기차(지하철)
❷ga 철도역

中國	韓國	越南
谢谢你的邀请, 可是 Xièxiè nǐ de yāoqǐng, kěshì 시에시에 니이더 야오치잉,커어셔	초대해줘서 감사합니다만 그런데..	Cám ơn lời mời của bạn, nhưng.. 感 恩 哑 哳 貼 伴, 仍.. 까먼 러이 머이 꾸어 반, 녕..
我今天没时间 Wǒ jīntiān méi shíjiān 워어 찐티앤 메이 셔어지앤	오늘은 시간이 없어요	Hôm nay tôi không có thời gian 顭 愈 碎 空 固 時間 홈나이 또이 콩 꼬오 터이 쟌
这个周末我不休息 Zhège zhōumò wǒ bù xiūxí 쩌어거 쩌우무어 워어 뿌우시우시	이번 주말엔 쉬지 않아서	Cuối tuần này tôi không nghỉ 檜 句 尼 碎 空 儀 꾸오이 뚜언 나이 또이 콩 응이
我有别的安排了 Wǒ yǒu bié de ānpáile 워어여우 비에더 안파일러	다른 할 일이 있어서	Tôi có kế hoạch khác rồi 碎 固 計劃 恪 末 또이 꼬오 께화익 카악 조이
改天可以吗? Gǎitiān kěyǐ ma? 까이 티앤 커어이이 마?	다른 날도 괜찮아요?	Hôm khác được không? 顭 恪 特 空 홈 카악 드억 콩
那就改天吧! Nà jiù gǎitiān ba 나아 지어우 까이 티앤 바	다른 날로 하죠	Vậy thì hôm khác vậy! 丕 唭 顭 恪 丕 버이 티 홈 카악 버이
以后再说 Yǐhòu zàishuō 이이허우 짜이슈어	다음에 또 이야기 하죠	Nói chuyện với bạn sau nhé 呐嘽 唄 伴 馜 nhé 노이 쭈웬 버이 반 싸우 내애
你有空给我打电话 Nǐ yǒu kòng gěi wǒ dǎ diànhuà 니이여우쿠웅게이워어 따아띠앤화	시간이 나면 전화 주세요	Khi rảnh nhớ điện thoại cho tôi 欺 冷 如 電 話 朱 碎 키라잉 녀어 디엔똬이 쪼오 또이
对不起, 我来晚了 duì ·bu qǐ, wǒ lái wǎnle 뚜에이부치이 워어 라이 와안러	늦어서 미안해요	Xin lỗi, tôi tới trẻ 吘 纇,碎 細 襹 씨인로오이, 또이 떠이 쩨에
让你久等了 Ràng nǐ jiǔ děngle 라앙니이 지어우 더엉러	오래기다리게 했군요	Để bạn chờ lâu rồi 底 伴 徐 数 末 데에 반 쩌 러우 조이
我也刚来没多久 Wǒ yě gāng lái méi duōjiǔ 워어 이예 까앙라이 메이뚜어지우	저도 막 도착했습니다	Tôi mới tới chửa lâu 碎 黇 細 褚 数 또이 머이 떠이 쯔어 러우

❶邀请 yāoqǐng 초청

❷安排 ānpái 1.안배하다 2.마련하다 3.처리하다 4.꾸리다

❸lời mời 哑哳 1. 초대 2. 권유

❹nghỉ 儀 쉬다

❺nói chuyện 呐嘽 이야기하다

❻tới trẻ 細襹 늦게오다

❼mới 黇 1. 새로운. 2. 단지~일 뿐

中國	韓國	越南
你能帮帮我吗? Nǐ néng bāng bāng wǒ ma 니이 너엉 빵빵 워어 마	나도 도와 줄래요?	Bạn có thể giúp đỡ tôi không? 伴 固体 劫 拖 碎 空 반 꼬오 테에 줍더어 또이 콩
你什么需要帮忙的吗? Nǐ shénme xūyào bāng mángde ma 니이셔언머 쉬야오 빵망더마	뭐 도와줄 일이 있어요?	Có gì cần tôi giúp đỡ không? 固 之 勤 碎 劫 拖 空 꼬오지 껀 또이 줍어어 콩
可以帮我拍张照吗 Kěyǐ bāng wǒ pāi zhāng zhào ma 커이이이 빵워 파이 짜앙짜오 마	저 사진쫌 찍어주실래요?	Cóthể giúp tôi chụp hình được không 固体 劫 碎 執 形 特 空 꼬테에 줍 또이 쭙힝 드억 콩
麻烦您帮个忙 Máfan nín bāng gè máng 마아판 니인 빵 꺼어 마앙	미안하지만 좀 도와주시죠	Làm phiền bạn giúp tôi một chút 㗂 煩 伴 執 碎 爻 怵 람피언 반 줍 또이 못 쭈웃
这事儿交给我吧 Zhè shì er jiāo gěi wǒ ba 쩌어셜 지아오 게이 워어 바	이일은 나에게 맡겨요	Chuyện này để tôi giúp nhé 嘩 尼 底 碎 執 nhé 쭈웬 나이 데에 또이 줍 내애
能帮得上忙的我一定帮 Néngbāngdéshàngmángde wǒyīdìng bāng 너엉빵더샹망더 워어이이띵빵	도울 수 있으면 제가 돕 겠습니다	Tôi nhất định sẽ giúp,nếu có thể 碎 一 定 吐執, 叮 固体 또이 녓띵 쌔애 줍,네우 꼬오테에
你真是个热心的人 Nǐ zhēnshi gè rèxīn de rén 니이 쩌언셔꺼 러어신더 러언	당신은 정말 마음이 따뜻 한 분입니다	Bạn đúng là người nhiệt tình 伴 当 羅 趴 熱 情 반 두웅라 응어이 니엇 띤
当然可以 Dāngrán kěyǐ 따앙라안 커어이이	당연히 해 드리죠	Tất nhiên có thể 必 然 固体 떳 니언 꼬오 테에
快想想办法吧 Kuài xiǎng xiǎng bànfǎ ba 콰이 시양시양 빠안파아 바	빨리 어떻게 할지 생각해 봐요	Nhanh suy nghĩ tìm cách nào 避 推 抟 尋 格 芇 냐잉 수이 응이 띰 까익 나오
快叫救护车 Kuài jiào jiùhù chē 콰이 지아오 지어후우 처어	빨리 구급차를 불러요	Gọi xe cấp cứu nhanh lên 噲 車 急 求 避 蓮 고이 쌔 껍끄우 냐잉 렌
快报警 Kuài bàojǐng 콰이 빠오 지잉	빨리 경찰에 신고해요	Gọi cảnh sát nhanh lên 噲 警 察 避 蓮 고이 까잉 쌋 냐잉 렌

❶热心 rèxīn 열심,친절, 온화한

❷办法 bànfǎ 방법. 수단. 방식. 조치. 방책. 술책

❸救护 jiùhù 구호

❹giúp đỡ 劫拖 1. 돕다 2. 원조하다 3. 후원하다

❺chụp hình 執形 사진 찍다

❻có thể 固体 ~할 수 있다

❼suy nghĩ 推抟 1. 사고하다 2. 생각하다 3. 고려하다

中國	韓國	越南
你有什么爱好 Nǐ yǒu shé me àihào 니이 여우 셔언머 아이하오	취미가 무엇 인가요	Bạn có sở thích gì vầy? 伴 固 所適 之丕 반 꼬오 써 티익 지 버이
周末你一般干什么 Zhōumò nǐ yībān gànshénme 쩌우무어 니이 이빤 까안 셔언머	주말엔 대개 뭘 하시나요	Cuối tuần bạn thường làm gì? 檜 旬 伴 常 罒之 꾸오이 뚜언 반 트엉 람 지
我还是比较喜欢在家睡觉 Wǒháishì bǐjiàoxǐhuān zàijiā shuìjiào 워어하이셔비자오시환짜이쟈쉐이쟈오	나는 대개 집에서 자는 것을 선호합니다	Tôi thích ở nhà ngủ hơn 碎 適 於 茹 眒 欣 또이 티익 어어 냐 응우 허언
我喜欢游泳 Wǒ xǐhuān yóuyǒng 워어 시환 여우유융	나는 수영을 좋아해요	Tôi thích bơi lội 碎 適 撨 沬 또이 티익 버이 로이
我喜欢在家看看书 Wǒ xǐhuān zàijiā kàn kànshū 워어 시환 짜이지아 카안카안 슈	나는 집에서 책보는 걸 즐겨요	Tôi thích ở nhà đọc sách 碎 適 於 茹 讀 書 또이 티익 어어 냐 돕 싸익
除了运动我还喜欢音乐 Chúle yùndòng wǒ hái xǐhuān yīnyuè 추울러원뚜웅 워어하이시환잉위에	운동을 제외하면, 나는 음악을 즐겨요	NgoàiThểthao tôi còn thích nghe nhạc 外 體操 碎 群 適 聑 樂 응오아이테에타오 또이꼰팃응에냑
你喜欢打网球吗? Nǐ xǐhuān dǎ wǎngqiú ma? 니이 시환 따아 와앙치어우 마	너 테니스 좋아해?	Bạn có thích chơi ten-nít không 伴固適測 ten-nít 空 반 꼬테에 티익 쩌이 테닛 콩
我想学的东西太多了 Wǒ xiǎng xué de dōngxī tài duōle 워어 시앙쉬에더 똥시 타이뚜얼러	배워야 할 것이 너무 많 아요	Tôi thích học rất nhiều cái 碎 適 學 慄 䀌 丐 또이 티익 흡 젓 니유 까이
你的爱好不错 Nǐ de àihào búcuò 니이더 아이하오 부우 추오	당신 취미는 좋은데요	Sở thích của bạn cũng tốt đấy 所 適 貼 伴 拱 薛 低 써어 티익 꾸어 반 꾸웅 똣 더이
你的爱好真广泛 Nǐ de àihào zhēn guǎngfàn 니이더 아이하오 쩌언꽈앙판	당신 취미는 정말 폭넓군요	Sở thích của bạn thật rộng 所 適 貼 伴 實 � 써어티익 꾸어 반 텃 종
我没什么兴趣爱好 Wǒ méishénme xìngqù àihào 워어메이셔언머 시잉취 아이하오	나는 즐기는 취미가 없어요	Tôi không có sở thích gì 碎 空 固 所適 之 또이 콩 꼬오 써 티익 지

❶想学 xiǎng xué 배우려하다

❷广泛 guǎngfàn 폭넓다

❸sở thích 所適 취미

❹thể thao 體操 운동

❺rộng 黇 1. 넓은 2. 광범위하게

中國	韓國	越南
你是哪个大学毕业的? Nǐ shì nǎge dàxué bìyè de 니이셔 나거 따아쉬에 삐이이예더	어느 대학 졸업했나요?	Bạn tốtnghiệp trường đạihọc nào vậy 伴 卒業 場 大 學芇不 반 똣응이업쯔엉다이홉 나오버이
你哪年毕业的? Nǐ nǎ nián bìyè de 니이 나아 니앤 삐이이예더	몇년도 졸업인가요?	Bạn tốt nghiệp năm nào 伴 卒業 䅒芇 반 똣응이업 남 나오
你每天几点上班? Nǐ měitiān jǐ diǎn shàngbān 니이 메이티앤 지이디앤 샤앙빤	매일 몇 시 출근해요?	Hàng ngày bạn mấy giờ đi làm 行 暭 伴 尒 暴 移 ㄸ 항 응아이 반 머이져 디 람
为什么想换工作? Wèishéme xiǎng huàn gōngzuò 웨이셔언머 시앙화안 꿍쭈오	왜 직업을 바꾸려 하죠?	Tại sao bạn chuyển việc 在吵 伴 轉 役 따이 싸오 반 쭈웬 비억
你以前是做什么的 Nǐ yǐqián shì zuò shénme de 니이 이이치앤셔 쭈오 셔언머더	이전엔 무슨 일을 했나요	Trước đó bạn làm công việc gì 趋 圖伴 ㄸ 工 役 之 쯔억도 반 람 꽁비억 지
我在食品公司工作 Wǒ zài shípǐn gōngsī gōngzuò 워어 짜이 셔어핀 꿍쓰 꿍쭈오	식품공장에서 일했어요	Tôi làmviệc trong công ty thực phẩm 碎 ㄸ役 䰃 公 司 食品 또이람비억 쫑 꽁띠 특퍼엄
我以前是当翻译的 Wǒ yǐqián shì dāng fān yì de 워어 이이치앤셔 땅 판이이 더	이전에 통역을 했어요	Trước đó tôi làm phiên dịch 趋 圖碎 ㄸ 翻 譯 쯔억 도 또이 람 피언 직
我毕业两年了 Wǒ bìyè liǎng niánle 워어 삐이이예 랴앙니앤러	졸업한 지 2년되었어	Tôi tốt nghiệp đã hai năm 碎 卒業 㐌乑䅒 또이 똣응이업 다아 하이 남
我想换个环境 Wǒ xiǎng huàngè huánjìng 워어 시앙 후안꺼어 후안지잉	환경을 바꾸고 싶어요	Tôi muốn thay đổi môi trường 碎 憫 祇 拶 媒 場 또이 무언 타이도이 모이 쯔엉
我不太适合做销售 Wǒ bù tài shìhé zuò xiāoshòu 워어부타이셔어허어 쭈오샤오셔우	저는 영업직에 전혀 맞지 않아요	Tôi không hợp với côngviệc bán hàng 碎 空 合 唄工役 鞶行 또이 콩 헙 버이 꽁비억 바안항
我想自己创业 Wǒ xiǎng zìjǐ chuàngyè 워어 시앙 쯔지이 추앙이에	나는 창업을 하고 싶어요	Tôi muốn tự mình lập nghiệp 碎 憫 自䏬 立業 또이 무언 뜨 밍 럽 응이업

❶适合 shìhé 적합[부합]하다. 알맞다. 적절하다

❷销售 xiāoshòu 1.팔다 2.판매하다 3.매출하다

❸hàng ngày 行暭 매일

❹tại sao 在吵 왜

❺thay đổi 祇拶 바꾸다, 교체하다

❻bán hàng 鞶行 장사, 교역

❼tự mình 自䏬 스스로

中國	韓國	越南
请点餐 Qǐng diǎn cān 치잉 디앤 찬	주문하세요	Mời chọn món 咍 撰 芇 머이 쫀 모온
要一个芝士汉堡套餐 Yào yīgè zhīshì hànbǎo tào cān 야오이거즈셔 하안바오 타오 찬	치즈버거 세트 하나 주세요	Tôi muốn một phần HB phô mai 碎 憫 爻 份 HB phô mai 또이무언 못 펀 햄벅 포 마이
再要两个冰激淋 Zài yào liǎng gè bīng jī lín 짜이 야오 량겨 삥지이린	또 아이스크림 두 개	Tôi muốn thêm hai ly kem 碎 憫 添 台 璃 kem 또이 무언 템 하이 리 깸
要香草口味的还是巧克力的 xiāngcǎokǒuwèide háishì qiǎokèlì de 시양차오커우웨이더, 챠오컬리이더	바닐라 맛 또는 초콜릿 맛?	Bạn muốn mùi vani hay mùi sô cô la 伴 憫 味 vani哈 味 sô cô la 반무언무이바니 하이 무이 쑈콜라
要巧克力口味的 Yào qiǎokèlì kǒuwèi de 야오 챠오컬리 커우웨이더	초콜릿 맛으로 주세요	Tôi muốn mùi sô cô la 碎 憫 味 sô cô la 또이 무언 무이 쑈꼴라
请问,还要别的吗? Qǐngwèn, hái yào bié de ma? 치잉원, 하이야오 비에더마	다른 것 또 필요하세요?	Cho hỏi còn muốn gì thêm không 朱 唏 群 憫 之 添 空 쪼오 호이 꼰 무언 지 템 콩
不要了, 就要这些 Búyàole, jiù yào zhèxiē 부우야올러 지어우야오 쩌어시에	아뇨, 이 것만 있으면 됩 니다	Không, như vậy thôi 空, 如 丕 催 콩, 녀 버이 토이
在这儿吃还是带走? Zài zhè'er chī háishì dài zǒu 짜이 쩌얼 츠으 하이셔 따이쩌우	여기서 드세요, 아니면 가져가세요?	Bạn ăn tại đây hay mang về 伴 咹 在 低 哈 芒 術 반 안 따이 더이 하이 망 베
一共是五十元整 Yīgòng shì wǔshí yuán zhěng 이이꾸옹 셔 우우셔 위앤 쩌엉	모두 오십원 입니다	Tổng cộng năm mươi yuan chẵn 總 共 颪 进 元 振 똥꽁 남 므어이 위앤 짜안
请多给我两包番茄酱 Qǐngduō gěi wǒ liǎng bāo fānqié jiàng 치잉뚜어 게이워어 량빠오 판치에지양	케첩 두 팩 주십시오	Cho tôi thêm 2 gói tương cà 朱 碎 添 台擔 酱 茄 쪼오또이 템 하이 고이 뜨엉까아
请问这儿有人坐吗 Qǐngwèn zhè'er yǒurén zuò ma 치잉원 쩔 여우러언 쭈오마	여기 앉은 사람이 있나요?	Cho hỏi chỗ này có ai ngồi không 朱 唏 坫 尼 固埃 軵 空 쪼오호이 쪼오나이 꼬오아이응오이콩

❶芝士汉堡 zhīshì hànbǎo 치즈버거 (cheese burger)

❷套餐 tàocān 세트음식

❸冰激淋 bīngjīlín, 冰激凌 bīngjīlíng 아이스크림

❹口味 kǒuwèi 1. 맛 2.기호 3.구미

❺巧克力 qiǎokèlì 초콜릿 / [越]sô cô la 쑈 꼴 라

❻番茄酱 fānqié jiàng 토마토 케첩 / [越]tương cà 酱茄 토마토 케첩

❼phô mai 치즈

❽ chẵn 振 정확하게 (금액) ❾gói 擔 패킷

27

中國	韓國	越南
你想吃火锅自助 Nǐ xiǎng chī huǒguō zìzhù 니이 시앙 츠 훠궈 쯔쭈우	훠궈 뷔페를 드실까요?	Bạn muốn ăn lẩu tự chọn 伴 憫 咹lẩu 自 選 반 무언 안 러우 뜨 쫀
还是 吃烧烤自助 Háishì chī shāokǎo zìzhù 하이셔 츠 샤오카오 쯔쭈우	아니면 고기구이 뷔페?	hay món nướng tự chọn? 哈 芇 爌 自 選 하이 모온 느엉 뜨 쫀
火锅比烧烤便宜 Huǒguō bǐ shāokǎo piányí 훠궈 비이 샤오카오 피앤이이	훠궈 부페가 고기뷔페보다 싸요	Lẩu rẻ hơn món nướng Lẩu 易 欣 芇 爌 러우 제에 헌 모온 느엉
冬天吃火锅比較暖和 Dōngtiānchī huǒguō bǐjiào nuǎnhuo 똥티앤 츠훠궈 비이자오누안후어	겨울엔 훠궈뷔페를 먹는 것이 더 따뜻해요	Mùa đông ăn lẩu thì ấm hơn 务 冬 咹lẩu 唭 暗 欣 무어 도옹 안러우 티 엄 헌
请问您几位? Qǐngwèn nín jǐ wèi 치잉원 니인 지이 웨이	몇 분 이신가요?	Xin hỏi bạn đi bao nhiêu người 吒 嗨伴 迻包 嫽 㝵 씨인 호이 반디 바오니유 응어이
现在没有座位了 Xiànzài méiyǒu zuòwèile 시앤짜이 메이여우 쭈오웨일러	지금 좌석이 없습니다	Bây giờ không còn chỗ ngồi 眜 暴 空 群 坐 蚴 버이져 콩 꼰 쪼오 응오이
请您稍等一会儿可以吗 Qǐngnín shāoděng yīhuǐ'er kěyǐ ma 치잉니인샤오덩이후얼커어이이마	조금 기다려 주시 겠습니까?	Các bạn cóthể chờ một lát không 恪 伴 固體 徐 乂 落 空 까악반 꼬테에 쩌 못 랏 콩
我们要等多久? Wǒmen yào děng duōjiǔ 워어먼 야오더응 뚜어지어우?	얼마나 기다려야 해요?	Chúng tôi phải chờ bao lâu 眾 碎 沛 徐 包 数 쭈옹또이 파이 쩌 바오 러우
你们得先排号 Nǐmen dé xiān pái hào 니이먼 데이 시앤 파이 하오	먼저 줄을 서세요	Các bạn lấy số thứ tự trước 恪 伴 祕 数次 自 翹 까악반 러이 소오트어 뜨 쯔억
请拿好你们的号牌 Qǐng ná hǎo nǐmen de hào pái 치잉 나아 하오 니먼더 하오 파이	번호표를 받으십시오	Xin giữ cẩn thận số thứ tự của bạn 吒 竚 謹慎 数次 自貼 伴 씬저으 껀턴 소오트어 뜨꾸어반

❶火锅 huǒguō 1. 신선로 2.중국식 샤브샤브 3.신선로 요리

❷烧烤 shāokǎo 1. 불에 굽다 2.불에 구운 육류 식품의 총칭

❸排号 pái hào 1. 같은 항렬에 순서대로 붙이는 번호 2.차례의 선후를 정하다 3. 대열을 짓다

❹号牌 hào pái   1.번호표 2.번호패 3.번호판

❺lẩu 전골요리

❻tự chọn 自選 뷔페

❼món nướng 芇爌 고기 구이 요리

❽ấm 暗 따뜻한

❾số thứ 数次 숫자, 순서

❿giữ 竚 1. 유지하다 2. 지키다 3. 지속하다

中國	韓國	越南
现在叫到多少号了 Xiànzài jiào dào duōshǎo hàole 시앤짜이쟈오따오 뚜어샤오하올러	지금 몇번까지 불렀지?	Bây giờ gọi tới số bao nhiêu 𣇞 𣉹 噲 細數 包 𡗉 버이져 고이 떠이 쏘오 바오니유
现在是100号了 Xiànzài shì yībǎi hàole 시앤짜이 셔 이이바이 하올러	지금 100번입니다	Bây giờ là số 100 𣇞 𣉹 羅數 𠬠𤾓 버이져 라 쏘오 못 짬
您是多少号? Nín shì duōshǎo hào? 니인 셔 뚜어샤오 하오	당신은 몇 번이죠?	Bạn số bao nhiêu 伴 數包 𡗉 반 쏘오 바오니유
我們去别的地方吧! Wǒmen qù bié dì dìfang ba 워먼 취 비에더 띠이파앙 바	우리 다른 데로 가자	Chúng tôi đi nơi khác vậy 眾 碎 𠫾 坭 恪 丕 쭈웅 또이 디 너이 카악 버이
还是 等会儿吧 Háishì děng huì er ba 하이셔 더엉 후얼 바	조금만 더 기다립시다	Hãy chờ thêm một lát 駭 徐 添 𠬠 落 하이 쩌 템 못 랏
我去拿点蔬菜 Wǒ qù ná diǎn shūcài 워어 취 나아 디앤 슈우차이	내가 가서 야채를 좀 가져오마	Tôi đi lấy rau quả 碎 𠫾 𥙩 蒌 果 또이 디 러이 자우 꽈아
顺便给我拿点儿水果沙拉 Shùnbiàngěiwǒ nádiǎn er shuǐguǒ shālā 슈운삐앤게이워어나디알슈웨궈샤아라	가는 김에 과일 샐러드 가져와 줘요	Sẵn tiện lấy giúp tôi một ít rau trộn trái cây 産便𥙩𢨉碎𠬠𠃣蒌論𣡚荄
你吃牛肉还是羊肉 Nǐ chī niúròu háishì yángròu 니이츠니우러우 하이셔 야앙러우	쇠고기 먹을래, 아님 양고기 먹을래?	Bạn ăn thịt bò hay thịt dê 伴 咹 䏧 𤙭 咍 䏧羝 반 안 팃 보오 하이 팃 제에
这里的味道还不错 Zhèlǐ de wèidào hái búcuò 쩌어리더 웨이따오 하이 부우추오	여기 음식 맛 꽤 좋네	Món ăn ở đây không tệ 𦁸 咹於 低 空 弊 모온 안 어어더이 콩 떼
我觉得有点儿咸 Wǒ juédé yǒudiǎn er xián 워어 쥐에더 여우디알 시앤	약간 짠 것 같애	Tôi cảm thấy có chút mặn 碎 感 𧡊 固 㤘 𪉥 또이 깜터이 꼬오 쭈웃 만
我吃得太多了 Wǒ chī dé tài duōle 워어 츠더 타이 뚜얼러	나 엄청 먹었어	Tôi ăn quá nhiều rồi 碎 咹 過 𡗉 耒 또이 안 꽈아 니유 조이

❶地方 dìfang 장소. 곳. 공간의 일부분. 부위

❷顺便 Shùnbiàn …하는 김에

❸沙拉 샐러드(salad)

❹咸 xián [鹹] 짜다

❺rau quả 蒌果 야채

❻sẵn tiện 産便 ~하는 참에,~하는 길에

❼ít 𠃣 1.조금 2.적은

❽rau trộn 蒌論 샐러드 / trái cây 𣡚荄 과일

❾thịt dê 䏧羝 양고기　　❿mặn 𪉥 짠

中國	韓國	越南
这是我们这儿最有名的小吃街 Zhè shì wǒmen zhè'er zuì yǒumíng de xiǎochī jiē 쩌어셔 워먼쩔쮀이여우밍더샤오츠지에	여기는 이곳에서 가장 유명한 음식거리입니다	Đây là con đường ăn vặt nổi tiếng nhất ở đây 低羅琨塘咹吻浽噲一於低 더이라꼰드엉안벗노이띠엉녓어 더이
真热闹! Zhēn rènào 쩌언 러어 나오	정말 붐비네요	Thật náo nhiệt! 實鬧熱 텃 나오 녓
来几个羊肉串这么样 Lái jǐge yángròu chuàn zhème yàng 라이 지이거 야앙러우추안 쩌머양	양고기 꼬치 몇개 먹을까요?	Ăn thử vài xiên que thịt dê nướng nhé 咹試丕串桂酤羘爃nhé 안트어 봐이씨엔꿰 팃 제에녀응 내애
我不吃羊肉的 Wǒ bù chī yángròu de 워러 뿌우츠 야앙러우 더	난 양고기 안 먹어	Tôi không ăn thịt dê 碎 空 咹酤羘 또이 콩안팃제에
那要鸡肉串吧,味道也不错 Nà yào jīròuchuàn ba,wèidào yě búcuò 나아 야오 지이러우추안바,웨이따오 이예부우추오	그럼 닭고기 꼬치먹어, 맛도 좋아요	Vậy ăn thịt gà xiênque nhé, cũng không tệ đâu 丕咹酤鶒nhé,拱空弊兜 버이안 팃가 씨엔꿰네애,꾸웅콩떼더우
不要辣椒, 多放孜然 búyào làjiāo, duō fàng zī rán 부우야오 라쟈오, 뚜어파앙 쯔라안	고추가루말고 커민을 많이 뿌려요	Tôi không lấy ớt, lấy nhiều thì là 碎 空 祕杞,祕憼苐羅 또이 콩 러이엇,러이 니유 티 라
天啊,這羊肉串太辣了 Tiān a, zhè yángròu chuàn tài làle 티앤아,쩌 야앙러우추안 타이라알러	오마이갓! 이 양고기 꼬치 엄청 맵네	Trời ơi, thịt dê xiên que này cay quá 盃哎, 酤羘串 桂 尼 羨過 쩌이어이, 팃제씨엔꿰나이까이꽈
我们去买点儿饮料吧! Wǒmen qù mǎidiǎn er yǐnliào ba 워먼취 마이디알 이인랴오 바	우리 마실 것을 사러가자	Chúngta đi mua mộtvài thứcuổng nhé 眾些 移 膜 又丕 式旺 쭈웅따 디무어 못봐이 트억우엉내
我还没尝呢! Wǒ hái méi cháng ne 워어 하이 메이 차앙 너	난 아직 맛을 못 봤어	Tôi vẫn chưa ăn thử 碎 吻 楮 咹試 또이 버언 쯔어 안 트어
你快尝尝 Nǐ kuài cháng cháng 니이 콰이 차앙 차앙	너 빨리 맛을 봐	Bạn ăn thử nhanh lên 伴 咹試 邎 蓮 반 안 트어 나잉 렌
我够了 Wǒ gòule 워어 꺼울러	난 충분히 먹었네	Tôi đủ rồi 碎 貐耒 또이 두우 조이

❶小吃 xiǎochī 1.간단한 음식 2.명절 음식 3.전채 4.변변치 않은 음식

❷热闹 rènào 1.번화하다 2.즐겁게 하다 3.번화한 장면

❸辣椒 làjiāo 고추/ 辣椒酱 làjiāojiàng 고추장 / 孜然 zī rán 1.커민 2.커민의 씨

❹con đường 琨塘 길

❺vặt 吻 간식

❻vài 巴 몇개

❼xiênque 串桂 꼬치

❽Thì là Ai Cập 蒔羅 커민

❾thức uống 式旺 1.음료 2.마실 것

❿đủ 蹙 충분한

13 파티

中國	韓國	越南
今天专门设宴为你送行 Jīntiān zhuānmén shèyàn wèinǐ sòngxíng 찐티앤쭈안머언 셔위앤 웨이니이 쑹시잉	오늘 당신을 배웅하는 파티를 엽니다	Hôm nay chúng tôi tổ chức tiệc này để tiễn bạn 顜仐 眾碎 組織 席尼 底饯 홈나이 쭈웅따 또쯕 띠억나이 데 띠언 반
您太客气了 Nín tài kèqìle 니인 타이 커어치일러	너무나 친절하시게도	Bạn quá khách sáo rồi 伴 過 客 牢 耒 반 꽈아 카익 싸오 조이
请这边坐 Qǐng zhè biān zuò 치잉 쩌어비앤 쭈오	이쪽으로 앉으세요	Mời ngồi bên này 𠴭 𡎝 边 尼 머이 응오이 벤 나이
您先请 Nín xiān qǐng 니인 시앤 치잉	먼저 드시죠	Mời bạn dùng trước 𠴭 伴 用 𥄯 머이 반 중 쯔억
这个地方很不错 Zhège dìfāng hěn búcuò 쩌어거 띠파앙 허언 부우추오	여기 정말 좋군요	Nơi này thật không tệ 坭 尼 實 空 幣 너이 나이 텃 콩 떼
这里的韩国料理很正宗 Zhèlǐ de hánguó liàolǐ hěn zhèngzōng 쩔리더하안궈 랴오리 허언 쩌엉쫑	여기 한국요리는 진짜 정통요리입니다	Món ăn Hànquốc ở đây rất chính gốc 𥮊呃 韓國 於低 慄正 梄 모온안 하안꿕어어더이 젓찌인곡
厨师都是韩国人 Chúshī dōu shì hánguó rén 추우셔 떠우셔 하안궈 러언	주방장도 또한 한국인 입니다	Đầu bếp đều là người Hàn quốc 头 灶 調 羅 𠊛 韓 國 더우뻽 데우 라 응어이 한꿕
菜式都很精致 Cài shì dōu hěn jīngzhì 차이 셔 떠우 허언 지잉즈	요리도 모두 깔끔합니다	Các món ăn rất tinh tế 恪 𥮊呃 慄 精細 깍 모온안 젓 띠잉 떼에
为我们的合作成功干杯 Wèi wǒmende hézuò chénggōng gānbēi 웨이워먼더 허어쭈오 처엉꽁 깐뻬이	우리 합작의 성공을 위해 건배	Nâng ly mừng sự hợp tác thành công của chúng ta 撨璃惆事合作成功貼眾𢭲 넝리므엉쓰협딱타잉꽁 꾸어쭈웅따
感谢你们的热情款待 Gǎnxiè nǐmen de rèqíng kuǎndài 까안시에 니먼더 러어치잉 콴따이	당신들의 열정적 환대에 감사드립니다	Cámơn cácbạn đã nhiệt tình tiếp đãi 感恩 恪伴 㐌熱 情 接 待 까먼 깍반 다아 니엣띤 띠업다이

❶专门 zhuānmén 전문적으로. 오로지. 일부러.

❷设宴 shèyàn 주연을 베풀다[벌이다].

❸正宗 zhèngzōng 1.정종 2.정통 /[越] chính gốc 正梄 정통

❹款待 kuǎndài 1.환대하다 2.정성껏 대접하다

❺tiễn 饯 배웅하다, 환송하다

❻đầu bếp 头灶 주방장

❼tinh tế 精細 1.상세히 2.주도면밀한

❽nâng ly 撨璃 건배　　　❾tiếp đãi 接待 1. 환대하다 2. 대접하다 3. 접대하다

中國	韓國	越南
请入座 Qǐng rùzuò 치잉 루우 쭈오	앉으시죠	Mời ngồi 咄 嫩 머이 응오이
你尝尝这道菜 Nǐ cháng cháng zhè dào cài 니이 차앙 차앙 쩌어 따오 차이	이거 맛 좀 보세요	Bạn ăn thử món này nhé 伴 咹 試 荫 尼 nhé 반 안 트어 모온 나이 내애
这是我的拿手菜 Zhè shì wǒ de náshǒu cài 쩌어 셔 워어 더 나아셔우 차이	이게 내 특기 요리예요	Đay là món ăn mà tôi nấu giỏi nhất 低 羅荫 咹麻 碎 燴 蘱 一 더이라 모온안마 또이 너우 조이 녓
你的菜做得真好 Nǐ de cài zuò dé zhēn hǎo 니이 더 차이 쭈오 더 쩌언 하오	네 요리 정말 잘 했네	Món bạn nấu thật ngon 荫 伴 燴 實 哏 모온 반 너우 텃 응온
哪里哪里 Nǎlǐ nǎlǐ 나아리 나아리	천만에요	Đâu có đâu 兜 固 兜 더우 꼬오 더우
你多吃点儿 Nǐ duō chī diǎn er 니이 뚜어 츠 디알	더 드십시오	Bạn ăn nhiều chút nhé 伴 咹 憥 悑 nhé 반 안 니유 쭈웃 내애
我自己来 Wǒ zìjǐ lái 워러 쯔지이 라이	내가 (스스로) 먹을께	Tôi tự ăn được rồi 碎 自咹 特 未 또이 뜨 안 드억 조이
别客气,就像在自己家一样 Biékèqì, jiùxiàng zài zìjǐ jiā yì yàng 비에커어치,지우시앙짜이쯔지지아이양	부담 없이 그저 자기 집이라고 생각해요	Đừng khách sáo, cứ xem như đây là nhà mình vậy 停客牢， 據貼如低羅茹輪丕 드엉카일싸오,끄쌤녀더이라냐밍버이
我吃饱了 Wǒ chī bǎole 워어 츠 빠올러	나 다 먹었어	Tôi ăn no rồi 碎 咹 飯未 또아 안 노 조이
你再喝点儿啤酒吧 Nǐ zài hē diǎn er píjiǔ bā 니이짜이허어디알피이지우바	맥주 좀 더 마셔요	Bạn uống thêm bia nữa đi 伴 旺 添 bia 收 扨 반 우엉 템 비어 느어 디
真的不能再喝了 Zhēn de bùnéng zài hēle 쩌언더 뿌우너엉 짜이 허얼러	정말 더는 못 마셔요	Không thể uống thêm được nữa 空 勢 旺 添 特 收 콩테에 우엉 템 드억 느어
我的酒量不行 Wǒ de jiǔliàng bùxíng 워어더 지우랴앙 뿌우 시잉	내 주량으론 더 안돼요	Tửu lượng của tôi không được đâu 酒 量 貼 碎 空 特 兜 뜨우 러엉 꾸어 또이 콩드억더우

❶拿手 náshǒu (어떤 기술에 아주) 뛰어나다[훌륭하다, 자신 있다, 노련하다].

❷一道菜 yídàocài 요리 한 접시 ❸nấu 燴 1. 요리하다 2. 밥을 짓다

❹giỏi nhất 蘱一 가장 잘하다 ❺cứ 據 그냥, 그저,계속가다 ❻no 飯 너무 많이 먹은

中國	韓國	越南
你好,这里是上海国际饭店 zhèlǐ shì shànghǎi guójì fàndiàn 쩌어리리셔 샹하이꾸어지 파안띠앤	안녕하세요, 여기는 상해 국제호텔 입니다	Đâylà kháchsạn quốctế Thượng Hải 低羅 客棧 國際上 海 더이라 카익싼 꾸옥떼 트엉 하이
欢迎光临! Huānyíng guānglín 화니잉 꾸앙리인	오신 것을 환영합니다	Chào mừng bạn 嘲 憫 伴 짜오 므응 반
您要住宿吗? Nín yào zhùsù ma 니인 야오 쭈우쑤우 마	숙박하시겠습니까?	Bạn cần phòng phải không? 伴 勤 房 沛 空 반 껀 퐁 파이 콩
我想预订一个房间 Wǒ xiǎng yùdìng yīgè fángjiān 워어시앙위이띠잉 이이거파앙지앤	방 하나 예약하려 합니다	Tôi muốn đặt một phòng 碎 憫 噠 爻 房 또이 무언 닷 못 퐁
您打算什么时候入住? Nín dǎsuàn shénme shíhòu rùzhù? 니인따아쑤안 셔언머셔허우 루우쭈우	언제 오실 예정이신가요	Bạn dự định nhận phòng vào thời gian nào? 伴 豫定 認房 飯時間 芇 반 즈딩 년퐁 봐오 터이쟌 나오
1月3日开始共3个晚上 1Yuè 3rì kāishǐ gòng 3 gè wǎn shàng 이이위에싸안러 카이셔 꾸옹 싼거완샹	1월3일부터 3일간	Bắt đầu từ ngày ba tháng một, tổng cộng ba đêm 扒頭 白哴匹 腦爻,總共 匹 祐 밧더우 뜨 응아이바 타앙못,똥꽁 바뎀
您希望预订什么样的房间吗? Nín xīwàng yùdìng shénme yàng de fángjiān ma? 시왕 위이띵 셔언머야앙더 파앙지앤마	어떤 방을 예약하실까요	Bạn muốn đặt loại phòng thế nào 伴 憫 噠 類 房 勢芇 반 무언 닷 로아이 퐁 테에 나오
那单人间有吗? Nà dān rénjiān yǒu ma? 나아 딴 러언지앤 여우 마	1인실 있나요?	Vậy có phòng đơn không? 丕 固房 單 空 버이 꼬오 퐁 던 콩
房费是多少 Fáng fèi shì duōshǎo 파앙페이 셔 뚜어 샤오	방 값은 얼마죠?	Giá phòng là bao nhiêu? 價房 羅包 髎 쟈아 퐁 라 바오 니유
标准间每天300元 Biāozhǔn jiān měitiān 300 yuán 뺘오주운지앤메이티앤 싼빠이위앤	스탠다드룸은 하루300 위앤입니다	Phòng tiêu chuẩn là 300 nhân dân tệ một đêm 房标準羅 匹磊 人民幣 爻祐 퐁 띠어쭈언라 바쨈 년전떼 못뎀
包括朝餐吗? Bāokuò cháo cān ma? 빠오쿠어 짜오차안 마	조식포함이죠?	Có gồm bữa ăn sáng không? 固 嗛 餷 唵 燗 空 꼬오 곰 브어 안 사앙 콩
我想办理一下入住手续 Wǒ xiǎng bànlǐ yīxià rùzhù shǒuxù 워어시앙빤리이 이샤 루우쭈 셔유쉬	체크인 수속 부탁합니다	Tôi muốn làm thủ tục nhận phòng 碎 憫 灬 手 續 認房 또이 무언 람 투뚭 년 퐁

❶预订 yùdìng 예약하다, 주문하다　预订火车票 yùdìng huǒchēpiào 기차표를 예약하다

❷打算 dǎ·suàn 1.…하려 하다 2.타산하다 3.생각

❸包括 bāokuò 1.포괄하다 2.포함하다 3.일괄하다

❹kháchsạn 客棧 호텔

❺đặt 噠 두다, 놓다, 예약하다

❻dự định 豫定 1.예정 2.계획하다

❼nhận phòng 認房 체크인 하다

❽bắt đầu 扒頭 1.시작하다 2.첫 발을 내딛다

❾tiêu chuẩn 标準 1.기준 2.표준 3.모범

❿gồm 鎌 1.포함하다 2.구성되다

中國	韓國	越南
我打算搬到公司附近住 Wǒ dǎsuàn bān dào gōngsī fùjìn zhù 워어 따수안 빤따오 꿍쓰 후우진 쮸우	회사근처로　　이사갈려고 해요	Tôi tính chuyển chỗ ở gần công ty 碎併轉　炷於斯公司 또이 띤 쮸웬 쪼오 어 건 꽁띠
我想在公司附近找套房子 Wǒxiǎng zài gōngsīfùjìn zhǎotào fángzi 워어시앙짜이꿍쓰후진짜오타오파앙쯔	회사근처에 방을 빌릴 생 각입니다	Tôi muốn tìm một căn hộ ở gần công ty 碎憫尋爻根戶於斯公司 또이 무언 띰 못깐호 어건 꽁띠
找房子太累了 Zhǎo fángzi tài lèile 짜오 파앙쯔 타이 레일러	집 구하는 일은 매우 피 곤해	Tìm nhà thật mệt quá 尋茹實瘰過 띰 냐 텃 멧 꽈
报纸上的广告挺多的 Bàozhǐ shàng de guǎnggào tǐng duō de 빠오즈샹더 꾸앙까오 티잉 뚜어더	신문광고가 엄청 많네	Quảng cáo trên báo nhiều lắm 廣告連報譊鬓 꾸앙 까오 쩬 바오 니유 람
要不找中介公司吧 Yào bù zhǎo zhōngjiè gōngsī ba 야오뿌우짜오 쭝지에 꿍쓰 바	중개업체를 찾는게 어때	Hay là tìm công ty môi giới đi 哈羅尋公司媒介移 하이라 띰 꽁띠 모이 저이 디
这家中介公司挺可靠的 Zhè jiā zhōngjiè gōngsī tǐng kěkào de 쩌어쟈 쭝지에 꿍쓰 티잉커어카오더	이 중개업체는 대단히 믿 을 만 해	Công ty môi giới này có thể tin tưởng được đấy 公司媒介尼固體信想特低 꽁띠 모이저이 나이 꼬오테에 띤 뜨엉 드억 더이
您想找什么样的房子 Nín xiǎng zhǎo shénme yàng de fángzi 니인시앙야오 쩌언머 야앙더 파앙쯔	어떤 방을 구하시나요?	Bạn muốn tìm nhà như thế nào 伴憫尋茹如勢市 반 무언 띰 냐 녀 테에 나오
简单装修就可以了 Jiǎndān zhuāngxiū jiù kěyǐle 지앤딴 쮸앙시어우 지어우 커어이일러	내부가 단촐한 곳도 좋아요	Trang trí đơn giản là được 裝置單間羅特 짜앙 찌 던 쟌 라 드억
您想花多少钱租 Nín xiǎng huā duōshǎo qián zū 니인 시앙화아 뚜어샤오 치앤 쭈	월세는 얼마짜리 정도를 생각하나요?	Bạn muốn thuê nhà bao nhiêu tiền 伴憫稅茹包譊錢 반 무언 투에 냐 바오 니유 띠언
月租2000块钱左右的 Yuè zū 2000 kuài qián zuǒyòu de 위에쭈 양치앤콰이 쭈오여우 더	월세 2000위앤 정도로	Khoảng hai nghìn yuan mỗi tháng 鑛仁斫元每胴 콰앙 하이 응인 위앤 모이 타앙
什么时候能看房 Shénme shíhòu néng kàn fáng 셔언머 셔허우 너엉 카안 파앙	언제 방을 볼 수 있나요?	Khi nào thì có thể xem nhà 欺市唉固體貼茹 키 나오 티 꼬오 테에 샘 냐
我得先联系一下房东 Wǒ dé xiān liánxì yīxià fángdōng 워어 데이 시앤 리앤시 이샤 파앙똥	먼저 집주인에 연락 해 봐야 되요	Tôi phải liên lạc với chủ nhà trước 碎沛聯絡唄主茹魁 또이 파이 리엔락 쭈우 냐 쯔억

❶搬 bān 1.운반하다 2.이사하다 3.그대로 답습하여 사용하다 4.잡아당기다

❷可靠 kěkào 1.믿을 만하다 2.믿음직하다 3.믿음직스럽다 4.확실하다

❸花 huā 소비하다. 쓰다. 소모하다. 들(이)다. 걸리다.

❹房东 fángdōng 집 주인

❺căn hộ 根戶 1. 거실 2. 방 3. 식당

❻mệt 癟 피곤한

❼trên 蓮 1. ~의 위에 2. ~에 3. ~이상

❽môi giới 媒介 1. 중재자 2. 조정하다

❾tin tưởng 信想 믿을 수 있는

中國	韓國	越南
您看这房这么样? Nín kàn zhè fáng zhème yàng? 니인 카안 쩌어 파앙 쩌머 양	이방 어때 보여?	Bạn thấy nhà này thế nào 伴 覔 茹 尼 勢 芇 반 터이 냐 나이 테에 나오
这个房子采光不太好 Zhège fángzi cǎiguāng bútàihǎo 쩌거파앙쯔 차이꾸앙 부우 타이 하오	이방은 채광이 안좋네	Phòng này ánh sáng không tốt lắm 房 尼 映燗 空 醉 夥 퐁 나이 아잉 사앙 콩 또옷 람
这个房子有点儿潮湿 Zhège fángzi yǒudiǎn er cháoshī 쩌거 파앙쯔 여우디알 차오셔	이방은 약간 습하네	Phòng này có chút ẩm ướt 房 尼 固 悗 飲汔 퐁 나이 꼬오 테에 쭈웃 엄 으엇
客厅太小了 Kètīng tài xiǎole 커어티잉 타이 샤올러	거실이 너무 작아	Phòng khách nhỏ quá 房 客 岎 過 퐁 카익 뇨오 꽈아
我觉得不太合适 Wǒ juédé bú tài héshì 워어 쥐에더 부우 타이 허어셔	별로 안 좋아 보여요	Tôi thấy không thích hợp lắm 碎 覔 空 適 合 夥 또이 터이 콩 티익 헙 람
还是不满意 Háishì bù mǎnyì 하이셔 뿌우 마안이	아직 불만족 이예요	Vẫn chưa vừa ý lắm 吻 楮 放意夥 버언 쯔어 브어 이이 람
麻烦你再帮我找找 Máfan nǐ zài bāng wǒ zhǎo zhǎo 마아파안니이 짜이 빵워어 짜오짜오	수고스럽지만 다른 곳을 알아봐주세요	Làm phiền bạn tìm giúp tôi nhà khác 吢 煩 伴 尋 劫 碎茹 恪 람피언 반 띰 주웁 또이 냐 카악

❶潮湿 cháoshī 1.축축하다 2.눅눅하다

❷客厅 kètīng 1. 객실 2.응접실

❸ánh sáng 映燗 1. 빛 2. 광선

❹ẩm ướt 飲汔 습한

❺thấy 覔 보다

❻thích hợp 適合 적합한

❼vẫn 吻 여전히

❽chưa 楮 아니하다, 아직, 미처

❾vừa ý 放意 만족스러운

中國	韓國	越南
这附近就是地铁,生活很方便 Zhè fùjìn jiùshì dìtiě, shēnghuó hěn fāngbiàn 쩌어 푸지인 지어셔 띠티에, 셔엉후어 허언 파잉비앤	바로 근처에 지하철이 있어 살기 엄청 편해요	Trạm tàu điện ngầm ở gần đây, sinh hoạt rất thuận tiện 站艚電沉於近低,生活慄順便 짬따우디엔응엄 어 건더이, 싱 호앗 젓 투언 띠언
阳台上的东西可以搬走吗 Yángtái shàngde dōngxī kěyǐbānzǒu ma 야앙타이샤앙더뚱시커어이이빤쩌우 마	발코니에 있는 물건은 치워도 되죠?	Đồ đạc ở ban công có thể dời đi nơi khác không? 圖羅於ban công 固體移挬垀恪空 도라어반꽁꼬어테저이 디 너이카악 콩
能不能在卧室给我装一部空调 Néng bùnéng zài wòshì gěi wǒ zhuāng yī bù kòngtiáo 너엉뿌너엉 짜이 워셔 게이워어 쭈앙 이뿌 쿵티아오?	침실에 에어컨을 넣어줄 수 있나요?	Có thể lắp một máy điều hòa trong phòng ngủ của tôi không? 固體 拉 爻欄調和融房旷貼碎 空 꼬오테에 럽 못 마이 디어우화 쫑 퐁 응우 꾸어 또이 콩
房租多少钱 Fángzū duōshǎo qián 파앙 쭈우 뚜어샤오 치앤	방세는 얼마죠?	Giá thuê nhà là bao nhiêu? 價稅 茹羅包慼 쟈 투에 냐 라 바오 니유
必须年付吗? Bìxū nián fù ma? 삐이쉬이 니앤 푸우 마	꼭 년납을 해야되나요?	Có phải thanh toán từng năm không? 固沛清算曾薜 空 꼬오 파이 타잉또안 뜽 남 콩
一月一付可以吗? Yī yuè yī fù kěyǐ ma 이이 위에 이이푸 커이마	월세로 할 수 있나요?	Thanh toán mỗi tháng được không? 清 算 每腸 特 空 타잉또안 모이 타앙 드억 콩
房租包括供暖费吗? Fángzū bāokuò gōngnuǎn fèi ma 파앙쭈 빠오쿠어 꾸웅누아안 페이 마	방세에 난방비도 포함인가요?	Tiền nhà đã bao gồm phí máy ấm không? 錢茹㐌 包鎌 費 欄暗 空 띠언냐 다아 바오곰 피이 마이엄 콩
自己烧天然气采暖 Zìjǐ shāo tiānránqì cǎinuǎn 쯔지이 샤오 티앤라안치 차이누안	본인이 천연가스난방 장치를 씁니다	Đó là máy ấm khí tự nhiên 圖羅欄 暗氣自然 도라 마이 엄 키 뜨 니언
水电费这么交 Shuǐdiàn fèi zhème jiāo 쉐이디앤 페이 쩌머 지아오	전기수도료는 어떻게 내죠?	Tiền điện nước phải thanh toán thế nào 錢電渃 沛 清算 勢迺 띠언디엔느억 파이타잉또안 테에 나오

用电卡, 用多少买多少	카드로 합니다. 쓰는 만큼 사면 됩니다	Dùng thẻ điện, dùng bao nhiêu thì mua bấy nhiêu
Yòng diàn kǎ, yòng duōshǎo mǎi duōshǎo		用筷電,用包麘 哝瞙 罢饒
유용 띠앤카아, 유용 뚜어샤오 마이 뚜어샤오		중 태 디엔, 중 바오니유 티 무어 버이 니유

❶阳台 yángtái 1.발코니 2.베란다

❷搬走 bānzǒu 1.이사하여 가다 2.옮겨가다 3.운반하여 가다

❸必须 bìxū 1.반드시 …해야 한다 2.꼭 …해야 한다 3.기필코 …해야 한다

❹供暖 gōngnuǎn 난방

❺采暖 cǎinuǎn 난방 설비[장치]를 하다

❻tàu điện ngầm 艚電沉 지하철

❼sinh hoạt 生活 생활

❽thuận tiện 順便 편리한

❾ban công 발코니

❿dời đi 移挔 옮기다

⓫máy điều hòa 櫕調和 에어컨

⓬lắp 拉 설치하다

⓭thanh toán 清算 결제하다. 청산하다. 정리하다

⓮từng 曾 ~마다

⓯máy ấm 櫕喑 히터

⓰khí tự nhiên 氣自然 천연가스

⓱nước 渃 1. 물 2. 물결

⓲bấy nhiêu 罢饒 얼마나, 얼마만큼

中國	韓國	越南
可以上网吗？ Kěyǐ shàngwǎng ma? 커어이이 샤앙와앙 마?	인터넷 사용 가능 한가요?	Có thể lên mạng được không 固體 蓮綆 特 空 꼬오 테에 렌 망 드억 콩
好,我就租这套房子了 Hǎo, wǒ jiù zū zhè tào fángzile 워어 지어우 쭈우쩌어 타오 파앙쯜러	이 방을 빌릴게요	Được, tôi sẽ thuê căn phòng này 特, 碎 吹 稅 根房 尼 드억, 또이 새 투에 깐 퐁 나이
我们什么时候签合同？ Wǒmen shénme shíhòu qiān hétóng? 워먼셔언머셔어허우 치앤허어투웅	계약서는 언제 싸인하나 요?	Khi nào chúng ta kí hợp đồng 欺 市 眾 趣記 合 同 키이나오 쭈웅따 끼 협 동
这是合同,你看一下 Zhè shì hétóng, nǐ kàn yīxià 쩌어셔 허어투웅, 니이 카안 이샤	이 계약서인데, 한번 보시죠	Đây là hợp đồng, mời bạn xem qua 低 羅合同, 吹 伴 貼 過 더이라 협동, 머이 반 샘 꽈
我能看一下您的房产证吗？ Wǒ néng kàn yīxià nín de fángchǎn zhèng ma? 워어 너엉 카안 이샤 니인더 파앙차안 쩌엉 마?	집 문서 증서를 한 번 보 여주시죠	Tôi có thể xem chứng từ nhà đất của bạn không 碎 固體 貼 證書茹坦 貼 伴 空 또이꼬오테에샘쩌엉뜨 냐덧 꾸어 반콩
这是半年的房租 Zhè shì bànnián de fángzū 쩌어 셔 빠안니앤더 파앙쭈우	이건 반년치 방세 입니다	Đây là tiền thuê nhà nửa năm 低 羅 錢 稅 茹 姅 䏄 더이라 띠언 투에 냐 느어 남
请给我写张收据 Qǐng gěi wǒ xiě zhāng shōujù 치잉 게이워 시에 짜앙 셔우쥐	영수증을 써 주시죠	Vui lòng viết cho tôi hóa đơn 慉悹日朱碎貨單 부이롱 비엇 쪼오 또이 화 던
还有什么问题吗？ Hái yǒu shé me wèntí ma? 하이 여우 셔언머 워언티이 마	또 다른 문의사항 있나 요?	Còn vấn đề gì không 群 問 題 之空 꼰 번 데 지 콩
有事随时联系 Yǒushì suíshí liánxì 여우셔 수이셔 리앤시	일 있으면 언제든 연락 해요	Nếu có vấnđềgì cóthể liênlạc với tôi 叮 固問題之 固體 聯絡 唄碎 네우 꼬오번데지 꼬오테에 리엔락 버이또이

❶上网 shàngwǎng 인터넷에 접속하다

❷房产证 fángchǎn zhèng 집문서

❸签 qiān 1.서명하다 2.간단하게 몇 자 적다 3.제비 4.표지

❹张 zhāng 1.열다 2.늘어놓다 3.확대하다 4.보다

❺收据 shōujù 1.영수증 2.인수증 3.수취증

❻mạng 綆 네트워크

❼hợp đồng 合同 계약

❽chứng từ nhà đất 證書茹坦 집땅문서

❾nửa năm 姅䏄 반년

❿viết 日 쓰다   ⓫hóa đơn 貨單 영수증

中國	韓國	越南
喂,是搬家公司吗? Wèi, shì bānjiā gōngsī ma 웨이, 셔 빠안쟈 꿍쓰 마	이삿짐 센터 죠?	Xin chào, Có phải là công ty chuyển nhà không 吀嘲,固沛羅 公司 轉茹 空 신짜오, 꼬오파일라 꽁피 쭈웬냐 콩
我想订一辆车 Wǒ xiǎng dìng yī liàng chē 워어 시앙 띠잉 이이 랴앙 처어	차를 한대 부탁하고 싶어요	Tôi muốn đặt một chiếc xe 碎憫 噠爻 隻 車 또이 무언 닷 못 찌억 쌔
您哪天用车? Nín nǎ tiān yòng chē? 니인 나아 티앤 유웅 처어	언제 필요하신가요?	Ngày nào bạn cần xe 哰 芇 伴 勤車 응아이 나오 반 껀 쌔
我周日下午搬 Wǒ zhōu rì xiàwǔ bān 워어 쩌우러 시아우우 빠안	제가 일요일 오후에 이사 가거든요	Chiều chủ nhật tôi chuyển nhà 朝 主日 碎轉 茹 찌어우 쭈 녓 또이 쭈웬 냐
你住几层? 有电梯吗? Nǐ zhù jǐ céng? Yǒu diàntī ma? 니이쭈우지지청?여우띠앤티이마	몇 층에 사시죠? 엘리베 이터 있나요?	Bạn ở lầu mấy? Có thang máy không 伴 於 樓 尒?固 楊 檯 空 반 어 러우 머이? 꼬오 탕마이콩
我住18层 Wǒ zhù 18 céng 워어 쭈우 셔어 빠아 처엉	18층에 삽니다	Tôi sống ở 18 碎 雒 於 进牌 또이 송 어 므어이 땀
您的东西多吗? Nín de dōngxī duō ma? 니인더 뚱시 뚜어 마	가구,짐이 많아요?	Đồ đạc của bạn nhiều không 圖 度 貼 伴 蕘 空 도 닥 꾸어 반 니유 콩
多,家具电器都有 Duō, jiājù diànqì dōu yǒu 뚜어, 지아쮜 띠앤치 떠우 여우	많죠, 가구,전기 집기 다 있어요	Nhiều, đồ nội thất vật dụng điện gia đình đều có 蕘,圖内室 物用電 家庭 調固 니유,도노이텃벗중디엔쟈딩 데우꼬오
您能派大车来吗? Nín néng pài dà chē lái ma? 니인 너엉 파이 따아처어 라이 마	큰 차를 보내 주실 수 있나요?	Bạn có thể cho xe lớn tới không 伴 固體 朱車 縣 細空 반 꼬오테에 쪼쌔런 떠이 콩
可以顺便帮我拆装空调吗? Kěyǐ shùnbiàn bāng wǒ chāi zhuāng kòngtiáo ma? 커어이이 슈운삐앤 빵워어 차이 쭈앙 쿵티아오 마	가는 김에 에어컨 분해도 도와줄 수 있으신지요?	Bạn có thể tháo máy điều hòa giúp tôi không 伴固體 操檯 調和 劸碎空 반 꼬오테에 타오마이 디우화 줍 또이 콩

41

请您把贵重物品收好	귀중품은 잘 챙겨두세요	Bạn vui lòng giữ những vật quý và đắt tiền cẩn thận
Qǐng nín bǎ guìzhòng wùpǐn shōu hǎo		伴恖悉 竻仍物貴 吧 姻錢 謹愼
치잉닌 바아 꿰이쭝우우피인 셔우하오		반부이롱즈어녕벗꿔바닷띠언껀턴

❶周日 zhōu rì 일요일

❷拆装 chāi zhuāng 1.분해하고 조립하다 2.분해하여 싣다

❸chiếc 隻 하나. 한쌍. [종별사] 주로 차량, 선박, 비행기, 교량, 옷가지 등의 명사 앞에

❹Chiều 嘲 오후

❺chủ nhật 主日 일요일

❻lầu 樓 층

❼thang máy 楊檟 엘리베이터

❽Đồ đạc 圖度 가구 / đồ nội thất 圖內室 가구/

❾vật dụng điện 物用電 전기용품, 전기도구

❿lớn 纇 큰

⓫tháo máy 操檟 분해

⓬vật quý và đắt tiền 物貴 吧 姻錢 귀중고가품

42

中國	韓國	越南
请问最近的车站怎么走 Qǐngwèn zuìjìnde chēzhàn zěnme zǒu 치잉워언줴이찌인더처어짠 쩌언머쩌우	제일 가까운 정류장 어떻게 가나요?	Cho hỏi trạm xe buýt gần nhất đi đường nào vậy 朱嗨 站車buýt 斯一 彡塘 芇丕 쪼호이 짬째부잇건녓디드엉나오버이
一直往东走就是 Yìzhí wǎng dōng zǒu jiùshì 이이쯔어 와앙 뚜웅 쩌우 지우셔	동쪽으로 계속가면 바로 거기예요	Đi thẳng theo hướng Đông là được 彡艕 蹺 向東 羅 特 디탕 테오 흐엉 도옹 라 드억
哪边是东啊? Nǎ biān shì dōng a? 나아 비앤 셔 뚜웅 아	어디가 동쪽이지?	Hướng nào là hướng Đông 向芇 羅 向東 흐엉 나오 라 흐엉 도옹
出了这个路口向右拐 Chūle zhège lùkǒu xiàng yòu guǎi 추울러 쩌어거루우커우 시앙여우 꽈이	이 교차로에서 우회전 하세요	Ra khỏi con đường này rồi rẽ phải 㗂 塊 琨 塘 尼 耒 礼沛 자코이 꼰드엉 나이 조이 제 파이
离这儿远吗? Lí zhè'er yuǎn ma? 리이 쩌얼 위앤 마	여기서 멀어요?	Cách chỗ này có xa không 格 坫 尼 固除 空 까익 쪼오 나이 꽁 싸 콩
不太远,走几分钟就到了 Bú tài yuǎn, zǒu jǐ fēnzhōng jiù dàole 부타이위앤, 쩌우지이편쫑지우따올러	별 안 멀어, 몇 분만 걸어가면 금방 나와요	Không xa lắm, đi vài phút sẽ tới 空 除夥, 彡吧 發 吔 細 콩 싸람, 디 봐이 풋 쌔애 떠이
大概几分钟呢 Dà gài jǐ fēnzhōng ne 따아 까이 지이 퍼언쭝 너	대략 몇분쯤 걸릴까요?	Khoảng mấy phút 曠 尒 發 콰앙 머이 풋
5分钟左右吧 5 Fēnzhōng zuǒyòu ba 우우 퍼언쭝 쭈오여우 바	한 오분 정도	Khoảng 5 phút 曠 醐發 콰앙 남 풋
请问去建国公园怎么走? Qǐngwèn qù jiànguó gōngyuán zěnme zǒu? 치잉원 취 지앤구어 꿍위앤 쩐머쩌우	건국공원에 가려면 어떻게 가죠?	Cho hỏi đi đường nào đến công viên kiến quốc 朱嗨 彡塘芇 到 公園 建國 쪼호이 디드엉나오 데엔 꽁비언 끼엔꾸억
我想问一下, 建设银行是在附近吗 Wǒ xiǎng wèn yīxià, jiànshè yínháng shì zài fùjìn ma 워어시앙워언이샤, 지앤셔어 이인하앙 셔 짜이 푸우지인 마	여쭤볼게요, 건설은행이 근처에 있나요?	Vui lòng cho hỏi, ngân hàng kiến thiết có ở gần đây không 恾悉 朱嗨, 銀行建設固 近低空 부이롱 쪼호이, 응언항 끼엔띠엇 꼬오 어 건더이 콩

❶一直 yīzhí 1.똑바로 2.계속해서 3.…에 이르기까지

❷路口 lùkǒu 1.갈림길 2.길목

❸拐 guǎi 1.방향을 바꾸다 2.모서리

❹trạm xe buýt 站車buýt 버스정류장

❺gần nhất 斯一 제일 가까운

❻Đi thẳng 拸躺 앞으로 가다

❼theo 蹺 ~에 따르다

❽Ra khỏi 豞塊 ~에서 나가다

❾rẽ 礼 꺾다, 돌아가다

❿Cách chỗ 格垃 이곳에서 ~떨어진

⓫xa 賒 먼, 멀다

⓬đến 豆 ~까지 가다

中國	韓國	越南
请问这车到天安门吗? Qǐngwèn zhè chē dào tiān'ānmén ma? 치잉원 쩌어 처어 따오 티앤안머언마	이 차는 천안문까지 가나요?	Cho hỏi xe này có tới Thiên An Môn không 朱嗨 車尼 固細 天安門 空 쪼호이 쌔나이 꼬오떠이 티엔안몬 콩
您得到马路对面坐车 Nín dédào mǎlù duìmiàn zuòchē 니인더어따오마알루 뛔이미앤쭈오처어	길 건너편에서 타십시오	Bạn nên đi qua đường đối diện để đón xe 伴 𢭂 𣦰過 塘 對面 底 椥 車 반 녠 디꽈아 드엉 도이지엔 데 돈째
刚上车的乘客请刷卡,没卡的乘客请卖票 Gāng shàngchēde chéngkè qǐng shuākǎ, méi kǎde chéngkè qǐng mài piào 까앙 샤앙 처어더 처엉커어 치잉 슈아카아, 메이 카아 더 처엉커어 치잉 마이 퍄오	지금 타신 분들 카드를 긁어주시고, 카드가 없으신 분은 표를 사세요	Khách vừa lên xe vui lòng lướt thẻ, khách không có thẻ mua vé 客 �ﾚ 蓮 車 惟悉 迥 筷, 客 空 固 筷 𧵑 派 카익 브어렌 쌔부잇 부이롱 르엇테애,콩 카익 꼬태애 무어 배
你好,我卖一张票 Nǐ hǎo, wǒ mài yī zhāng piào 니이하오,워어 마이 이이 짜앙 퍄오	표 한장 사겠습니다	Xin chào, tôi muốn mua một vé 吁嘲,碎憫𧵑𧷸派 신짜오, 또이 무언 무어 못 배
到天安门多少钱?我没去过天安门 Dào tiān'ānmén duōshǎo qián? Wǒ méi qùguò tiān'ānmén 따오티앤안머언 뚜어샤오? 워어 메이 취 궈 티앤안머언	천안문까지 얼마죠? 천안문까지 가본 적이 없어서	Đi Thiên An Môn bao nhiêu tiền? Tôi chưa đi Thiên An Môn bao giờ 𣦰天安門包憢錢.碎楮𣦰天安門包𣇞 디티엔안몬 바오니유띠언. 또이 디 티엔안몬 쯔어 바오저
下一站是西单,在西单下车的乘客请准备 Xià yí zhàn shì xīdān, zài xīdān xià chē de chéngkè qǐng zhǔnbèi 샤이이짠셔 시따안, 짜이 시따안 샤 처어더 처엉커어 치잉 쭈운뻬이	다음 정류소는 시단입니다. 시단내리실 분 준비하세요	Trạm tiếp theo là Xidan, khách xuống trạm Xidan vui lòng chuẩn bị 站接蹺羅西單,客迍站西單惟悉準備 짬 띠업테오라 시단, 카일쑤엉짬 시단부이롱 쭈언비
到的时候麻烦您告诉我一声 Dào de shíhòu máfan nín gàosù wǒ yīshēng 따오더셔어허우 마아판 니인 까오수 워어 이이 셔엉	도착할 때쯤, 번거롭지만 제게 한마디 알려주세요	Khi nào tới bạn vui lòng nói tôi biết nhé 欺芇細伴惟悉吶碎別nhé 키나오 떠이 반 부이롱 노이 또이 비엇 내애

这车不到建国公园,您得倒车 Zhè chē búdào jiànguó gōngyuán, nín dé dào chē 쩌어처어 부우 따오 지앤궈 꿍위앤, 니인 더어 따오 처어	이 차는 건국 공원에 안 갑니다, 차를 갈아타세요	Xe này không đi tới công viên kiến quốc, bạn nên chuyển xe khác 車尼空核細公園建國伴铖轉車恪 쎄나이콩디꽁비언끼앤꾸억,반녠쭈웬쎄카읶
请问在哪儿倒车 Qǐngwèn zài nǎ'er dàochē 치잉원 짜이 나알 따오 처어	어디서 차를 갈아타나요?	Xin cho hỏi chuyển xe ở đâu 吁 朱 嗨 轉　車於 兜 씬 쪼호이 쭈웬 쎄 어 더우
下一站焕123路汽车 Xià yí zhàn huàn 123 lù qìchē 샤이이짠 후안123 루우 치처어	다음　정류소에서　123번 차로 갈아타세요	Trạm tiếp theo đón tuyến xe buýt số 123 站接蹺椎選車buýt 义台吧 쨤 띠업 테오 돈 뚜엔 쎄부잇 못하이바

❶得到 dédào 1.손에 넣다 2.얻다 3.받다 4.되다
❷倒车 dào chē 1.차를 바꿔 타다 2.　　　　차를 갈아타다
❸đón 椎 맞이하다, 기다리다
❹vừa 波 막, 방금
❺lướt thẻ 迦笨 카드를 스치다 (카드를 대다)
❻mua vé 膜派 표를 사다
❼tiếp theo 接蹺 ~에 이어서, 그 다음에
❽xuống 迀 내리다
❾chuẩn bị 準備 준비하다
❿nên 铖 ~해야만 한다

46

中國	韓國	越南
您好,您去哪儿? Nín hǎo, nín qù nǎ'er 니인 하오, 니인 취이 나알	어디 가시나요?	Chào bạn! bạn đi đâu? 嘲 伴, 伴 移 兜 짜오 반, 반 디 더우
师傅, 我去上海站 Shīfù, wǒ qù běijīng zhàn 셔푸, 워 취 상하이 짠	기사님, 상하이역으로 갑시다	Tàixế, tôi muốn đi trạm Thượng Hải 才車,碎 移 憫站 上 海 따이쎄,또이 무언 디 짬 트엉 하이
我要赶火车 Wǒ yào gǎn huǒchē 워어 야오 까안 후오처어	기차를 타야 됩니다	Tôi cần đón xe lửa gấp 碎 勤 迍車 焒 急 또이껀 돈 쌔 르어 겁
这个地址您知道这么走吗? Zhège dìzhǐ nín zhīdào zhème zǒu ma 저어거띠이즈니인쯔다오 쩌어머쩌우마	이 주소, 어떻게 가는지 아세요?	Bạn có biết địa chỉ này đi thế nào không? 伴 固別 地址尼 移 勢节 반 꼬비엇 디어찌나이 테에나오 콩
好像在建国公园附近 Hǎoxiàng zài jiànguó gōngyuán fùjìn 하오시앙 짜이 지앤꿔 꾸웅위앤푸우진	건국공원 부근인 것 같네	Hình như ở gần công viên kiến quốc 形如 於 斯 公園 建國 히읭녀 어 건 꽁비언 끼엔 꾸억
建国公园到了 Jiànguó gōngyuán dàole 찌앤꿔 꾸웅위앤 따올러	건국공원 다 왔어요	Đến công viên Kiến quốc rồi 到 公 園 建 國 耒 덴 꽁비언 끼엔꾸억 조이
就在门口停吧 Jiù zài ménkǒu tíng ba 지어우 짜이 머언 커우 티잉 바	정문 앞에 세워주세요	Dừng tại trước cổng nhé! 停 在 翹 槓 nhé 드엉 따이 쯔억 꼬웅 내애
您的乘车费用是五十元 Nínde chéngchē fèiyòng shì wǔshí yuán 니인더 처엉처 페이유웅셔우셔어위앤	승차비용 50위앤입니다	Phí thuê xe của bạn tổng cộng là năm mươi yuan 費 稅車 貼 伴 總共 羅 舮进 元 피투에쎄꾸어반 똥꽁라 남므어이 위앤
感谢您的乘车 Gǎnxiè nín de chéng chē 까안씨에 니인더 처엉 처어	승차해 주셔서 감사해요	Cảm ơn bạn đã đón xe! 感 恩 伴 𠯤 迍車 까먼 반 다아 돈 쎄
麻烦您能不能再开快点儿? Máfan nín néng bùnéng zài kāi kuài diǎn er 마판닌 너엉 뿌너엉 짜이 카이 콰이 디알	번거롭지만 조금 더 빨리 갈 수 없나요?	Bạn có thể vui lòng lái nhanh hơn được không 伴 固體 愉悲 吏 遶 欣 特 空 반 꼬오테 부이롱라이 냐잉헌 콩
这个时间哪里都堵车 Zhège shíjiān nǎlǐ dōu dǔchē 쩌어거셔지앤 나알리 떠우 뚜처어	이 시간엔 어디든 정체 됩니다	Giờ này nơi nào cũng tắc đường 暴 尼 坭 芇 拱 塞 塘 져 나이 너이 나오 꾸웅 딱 드엉

还有别的路吗? *Hái yǒu bié de lù ma?* 하이 여우 비에 더 루우 마?	다른 길은 없나요?	Có thể đường khác không 固體 塘 恪 空 꼬테에 드엉 카악 콩
我们走高速过去吧 *Wǒmen zǒu gāosù guòqù ba* 워먼 쩌우 까오수 꾸어취 바	고속도로로 갑시다	Chúng ta hãy đi đường cao tốc 眾 䠓 駭 㧡 塘 高速 쭈웅따 하이 디 드엉 까오 똡

❶堵车 dǔchē 교통 체증

❷高速 gāosù 고속(도)

❸tài xế 才車 운전기사

❹xe lửa 車焛 기차

❺cổng 槓 1.문 2.입구

❻nhanh 遟 빠른, 빨리

❼tắc đường 塞塘 길이 막힘. 도로정체

❽đường cao tốc 塘高速 고속도로

48

中國	韓國	越南
请问我到北京大学应该买什么票？ Qǐngwèn wǒ dào běijīng dàxué yīnggāi mǎi shénme piào 치잉원 워어 따오 뻬이징 따아쉬에 이잉까이 마이 셔언머 퍄오	북경대를 가려면 어떤 표를 사야 하나요	Cho hỏi tôi đi Bắc Kinh đại học phải mua vé thế nào 朱嗨碎捈北京大學沛膜派势节 쪼호이 또이디 밥낀다이홉파이무 어배테에나오
北京地铁是两元通票 Běijīng dìtiě shì liǎng yuán tōngpiào	북경지하철은 2위앤 정가 입니다	Tàu điện ngầm BắcKinh 2 yuan 1 vé 艚電沉 北京 仒元 爻 派 따우디엔응엄 밥낀 위앤 못 배
需要换乘吗？ Xūyào huàn chéng ma?	갈아타야 되나요?	Bạn có cần đổi chuyến không 伴 固 勤 捝 轉 空 반 꼬오 껀 도이 쭈웬 콩
地铁—号线首发车几点？ Dìtiě yī hào xiàn shǒufā chē jǐ diǎn?	지하철1호선은 첫차가 몇 시에 출발하나요?	Tàu điện tuyến số 1 mấy giờ khởi hành 艚電沉 線 數爻 尒暴 起行 따우디엔응엄뚜웬쏘못머이져커이 하잉
你听广播,会有介绍的 Nǐ tīng guǎngbò, huì yǒu jièshào de 니이 팅 꽝뿌어 훼이 야오 지에샤오더	방송을 들어보면 안내를 들을 수 있어요	Bạn nghe đài phát thanh nhé, họ sẽ giới thiệu cho bạn biết 伴啫台發声nhé, 戶吪介紹朱伴別 반응에다이팟타잉내,호쌔저이티우 쪼반비엣
乘客你好, 欢迎您乘坐地铁列车 Chéngkè nǐ hǎo, huānyíng nín chéngzuò dìtiě lièchē	승객 여러분, 지하철 승차를 환영합니다.	Xin chào quý khách, chao mừng bạn đón tàu điện ngầm 吁嘲 貴客,嘲惆 伴 迍 艚電沉 꿔카익,짜오믕 반돈 따우디엔 응엄
北京地铁没有上海地铁方便 Běijīng dìtiě méiyǒu shànghǎi dìtiě fāngbiàn 베이징 띠이티에 메이여우 샹하이 띠이티에 파앙비앤	베이징 지하철은 상하이 지하철보다 편리하지 않아요	Tàu điện Bạc Kinh không tiện lợi bằng tàu điện Thượng Hải 艚電北京 空 便利 朋 艚電上海 따우디엔 밥낀 콩 띠엔러이 방 따우디엔 트엉하이

| 听说上海的地铁也很发达

Tīng shuō shànghǎi dì dìtiě yě hěn fādá

티잉슈어 샹하이더 띠이티에 이예 허언 파다아 | 듣기론 상하이 지하철도 매우 발달되어있답니다 | Nghe nói tàu điện Thượng Hải rất phát triển

喠吶 艭電上海 慄 發展

응에노이 따우디엔 트엉하이 젓 팟찌언 |

❶通票 tōngpiào 전 구간 표

❷广播 guǎngbò 1.방송하다 2.퍼뜨리다 3.라디오 방송

❸方便 fāngbiàn 1.편리하다 2.남에게 이롭다 3.넉넉하다 4.알맞다

❹听说 tīngshuō 1.듣는 바로는 …이라 한다 2.순종하다 3.말을 잘 듣다

❺đài phát thanh 台發声 (라디오)방송국

❻đổi chuyển 捯轉 환승하다

❼khởi hành 起行 출발하다

❽tiện lợi 便利 편리하다

❾bằng 朋 ~에 의한

中國	韓國	越南
有没有1号到上海的直达卧铺票 Yǒu méiyǒu 1 hào dào shànghǎi de zhídá wòpù piào 여우 메이여우 이이하오 샹하이더 쯔어따아 워푸우 퍄오	1호차 상해직통 침대칸표 있나요?	Có vé giường nằm của xe trực tuyến số 1 tới Thượng Hải không 固 派床鋪 貼車 直線 數乂 細 上海 空 꼬배 그엉남 꾸어 쌔 쯔윽 뚜웬 쏘못떠이 트엉하이 콩
直达车的卧铺票卖光了 Zhídá chē de wòpù piào mài guāngle 쯔따아처어더 워푸우퍄오 마이 꾸앙러	직통차 침대칸은 다 팔렸어요	Vé giường nằm của xe trực tuyến đã bán hết rồi 派床鋪 貼車 直線 㐌 鮮歇 未 배 그엉남 꾸어 쌔 쯔윽 뚜웬 다 바안 헷 조이
硬座要吗? Yìngzuò yào ma? 이잉쭈오 야오마	좌석 칸 드려요?	ghế ngồi được không 几𫂅特空 게 응오이 드억 콩
你自己去旅行要小心点儿啊 Nǐ zìjǐ qù lǚxíng yào xiǎoxīn diǎn er 니이쯔지 취뤼이시잉 야오샤오신 디알	홀로 여행하시면 조심하세요	Bạn đi du lịch một mình phải cẩn thận nhé 伴 㪬遊歷 乂舲 沛 謹慎 반 디줄릭 못밍 파이 껀턴
要看好行李 Yào kànhǎo xínglǐ 야오 카안 하오 시잉리	짐을 질 지키세요	Phải để ý hành lý 沛 抵意 行李 파이 데 이이 하잉 리
我会照顾好自己的 Wǒ huì zhàogù hǎo zìjǐ de 워어 훼이 짜오꾸우 하오쯔지이더	스스로 조심해야죠	Tôi sẽ tự chăm sóc mình 碎 唄 白 針朔 躳 또이 쌔 뜨 짬 쏩 밍
我到了上海就给你们打电话 Wǒ dàole shànghǎi jiù gěi nǐmen dǎ diànhuà 워따올러샹하이 지우 게이니먼 따아 띠엔화	상해 도착하면 바로 전화 하겠어요	Tôi đến Thượng Hải sẽ gọi điện cho bạn 碎 到上海 唄 噲電 朱 伴 또이 뗀 트엉하이 쌔 고이디엔 조 반
火车就要开了, 你们快下去吧 Huǒchē jiù yào kāile, nǐmen kuài xiàqù ba 후어처 지우 야오 카이처어,니먼 콰이 시아취 바	기차 곧 출발합니다, 당신들 빨리 내려가세요	Xe lửa sắp khởi hành rồi, bạn xuống xe mau lên 車焔 插 起行 未,伴 迏車 遙𨖲 쌔러어 삽 커이하잉, 반 쑤엉 쌔 마우 렌
请问餐车在几号车厢? Qǐngwèn cānchē zài jǐ hào chēxiāng 치잉원 차안처어 짜이 지이하오 처어샹	식당차는 몇호 칸이죠?	Cho hỏi ăn tối ở toa xe số mấy 朱唏 呃最 於單車 數介 쪼호이 안또이 어 또아쌔 쏘 머이

❶直达 zhídá 1.곧바로 가다 2.　　　직통하다 3.직행하다

❷卧铺 wòpù (기차나 여객선 따위의) 침대

❸卖光 mài guāng 1.매진되다 2.남김없이 다 팔다

❹照顾 zhàogù 1.　고려하다 2.돌보다 3.상점으로 손님이 오다

❺车厢 chēxiāng 1.　　　　객실이나 수화물칸 2.차량 3.적재함

❻giường nằm 床舖 침대

❼trực tuyến 直線 직통,Direct,온 라인

❽bán hết 鮮歇 매진

❾ghế 几 의자

❿một mình 义躺 1.혼자 2.한사람

⓫để ý 抵意 돌보다, 신경쓰다,주의하다, pay attenton to~

⓬chăm sóc 針朔 돌보다, 관리하다, take care of

⓭sắp 插 1.막 …하려 하다 2.떼,무리 3.얼마 안 있어

⓮mau lên 遝蓬 빨리!

⓯ăn tối 咹最 저녁을 먹다

⓰toa xe 單車 차 칸

24 비행기

中國	韓國	越南
我想订5号上海到纽约的往返票 Wǒ xiǎng dìng 5 hào shànghǎi dào niǔyuē de wǎngfǎn piào 워어 시랑 띵 우우 하오 샹하이 따오 니우위예도 와앙파안 퍄오	5일날 상해-뉴욕 왕복편 예약하려고 합니다	Tôi muốn đặt vé khứ hồi từ Thượng Hải tới New York vào ngày 5 碎懞嗟派去回自上海細纽约他哻䣷 또이 무언 닷배 크호이 뜨 트엉하이떠이 뉴욕 봐오 응아이 남
现在有特价机票吗? Xiànzài yǒu tèjià jīpiào ma? 시앤짜이 여우 터어지오 지 퍄오마	지금 특가 항공권있나요?	Hiện tại có vé khuyến mãi không 現 在 固 派勸 買 空 히엔따이 꼬배 쿠웬마이 콩
特价机票不得改签, 转让 Tèjià jīpiào bùdé gǎi qiān, zhuǎnràng 터어쟈지퍄오 뿌더 까이치앤 쭈안라앙	특가표는 변경,양도 불가합니다	Các loại vé khuyến mãi không thể chuyển nhượng 各類 派勸買 空勢 轉讓 깍로아이 배쿠웬매이 콩테 쭈웬느응
现在最低是几折 Xiànzài zuìdī shì jǐ zhé 시앤짜이 쮀이디 셔 지 저어	지금 최저 몇%할인이죠?	Hiện tại giảm giá nhiều nhất là bao nhiêu 現在 減價 饒一 羅 包饒 히엔따이 잠자 니유녓 라 바오 니유
请到柜台办理登机手续 Qǐng dào guìtái bànlǐ dēng jī shǒuxù 치잉따오 꿰이타이빤리이 떵지 셔우쉬	카운터로 가서 탑승 체크인 수속 하세요	Mời đến bàn làm thủ tục lên máy bay 呭 到 盤𠫾 手續 蓮 櫂飛 머이 덴 반람 투뚭 렌 마이 바이
请出示您的身份证件 Qǐng chūshì nín de shēnfèn zhèngjiàn 치잉추우셔 니인더 셔언펀쩌엉지앤	신분증 제시 바랍니다	Xin cho xem chứng minh nhân dân của bạn 吁 朱 䀡 証明 人民 貼 伴 신 쪼 샘 쯔엉밍 년전 꾸어 반
先生,您的手提行李需要托运 Xiānshēng, nín de shǒutí háng lǐ xūyào tuōyùn 시앤셩, 닌더 셔우티 시잉리이 쉬야오 투어윈	휴대하신 짐은 탁송하셔야겠습니다	Chào ông, túi xách tay của ông nên gửi 嘲翁,褟尺 手 貼 翁 䋥 寄 짜오옹,뚜이싸익떠이 꾸어옹 넨그이
您的行李超重了, 需要加收托运费 Nín de xínglǐ chāozhòngle, xūyào jiā shōu tuōyùn fèi 닌더 싱리 차오쫑러, 쉬야오 쟈셔우 투워윈 페이	화물 중량 초과라 추가 탁송비를 내야 합니다	Hành lí của bạn vượt quá trọng lượng rồi, cần phải đóng thêm phí vận chuyển 行李貼伴越過重量耒,勤沛揀添費 運轉 하잉리 꾸어반 브엇꽈 쫑르엉조이, 껀 파이 동 템 피이 번쭈웬

❶往返 wǎngfǎn 왕복하다
❷改签 gǎi qiān 비행기표 변경
❸转让 zhuǎnràng 1.넘겨주다 2.양도하다
❹几折 jǐ zhé 몇할 할인
❺柜台 guìtái 1.계산대 2.카운터 3.바
❻办理 bànlǐ 1.처리하다 2.취급하다 3.해결하다
❼加收 jiā shōu 추가 징수하다
❽khứ hồi 去回 1. 왕복하다. 2. 왕복의
❾khuyến mãi 勸買 1. 판매를 촉진시키다 2. 촉진 장려용의
❿không thể 空勢 ~ 할수 없다
⓫bàn làm thủ tục 盤𫜵手續 수속카운터
⓬chứng minh nhân dân 証明人民 주민등록증
⓭túi xách tay 褟尺 手 손가방
⓮gửi 寄 부치다, 탁송하다
⓯vượt quá 越過 초과하다
⓰trọng lượng 重量 중량
⓱đóng thêm 揀添 가산금을 내다
⓲vận chuyển 運轉 운반(運搬)하다. 운송하다.

中國	韓國	越南
可以给我一个靠前一些的位子吗? Kěyǐ gěi wǒ yīgè kào qián yìxiē de wèizi ma? 앤 이이시에더 웨이즈 마커어이이 게이워어 이이거 카오치	앞자리 쪽 좌석을 주실 수 있나요	Có thể cho tôi một chỗ ngồi gần phía trước được không 固體 朱碎 𠬠坣𦤾 斯 費𨕭 特 空 꼬오테 쪼또이 못쪼응오이 건 피어쯔억 드억 콩
请您拿好登机牌, Qǐng nín ná hǎo dēng jī pái, 치잉닌 나하오 명지파이, 짜이 싼하오 명지커우 명지	탑승권을 가지고 3호 탑승구에서 탑승하세요	Bạn vui lòng giữ trên tay thẻ máy bay, 伴㤿悉𢭸連𢬣筞𣛤飛, 반 부이롱 즈으쩬 따이 태마이바이
在3号登机口登机 zài 3 hào dēng jī kǒu dēng jī 짜이 싼 하오 명지커우 명지		lên máy bay tại cổng số 3 蓮𣛤飛在槓數𠀧 렌 마이바이 따이 꽁 쏘 바
欢迎您乘坐北方航空, Huānyíng nín chéngzuò běifāng hángkōng, 후아니잉 닌 처엉쭈오 뻬이팡하앙쿵	북방항공에 탑승을 환영합니다. 즐거운 여행이 됩시오	Chào mừng bạn đến với hãng hàng không Bắc Phương, 嘲𢜠伴𦤾唄行航空北方 짜오믕 반 덴 버이 항항콩밧 퍼응
预祝您旅途愉快 Yù zhù nín lǚtú yúkuài 위쭈 닌 뤼투우 위이콰이		chúc bạn có chuyến đi vui vẻ! 祝 伴 固轉 趍㤿𡲤 쭈욱 반 꼬오 쭈웬 디 부이 배

❶靠前 kào qián 앞

❷一些 yìxiē 1.약간 2.조금 3.여러 번 4.여러 가지

❸位子 wèizi 1.자리 2.좌석

❹phía trước 費熬 앞쪽으로

❺giữ trên tay 竍連揶 손에 쥐고

❻hãng hàng không 行航空 항공회사

❼chuyến đi 轉扨 가는 항공 편

中國	韓國	越南
请问您要喝点儿什么? Qǐngwèn nín yào hē diǎn er shénme 치잉원 닌 야오 허디알 셔언머	뭘 드시겠습니까	Chào ông, ông có muốn uống chút gì không 嘲翁, 翁 固 憫 旺 怵 之 空 짜오옹, 옹 꼬오 무언 우엉 쫏 지 콩
我要杯咖啡, 谢谢 Wǒ yào bēi kāfēi, xièxiè 워어 야오 뻬이 카페, 시에시에	커피 한 잔 주세요	Tôi muốn một cốc cà phê, cám ơn! 碎憫爻瓺咖啡, 感恩 또이 무언 못 꼽 까페, 까먼
我的行李找不到了 Wǒ de xínglǐ zhǎo·bu dàole 워어더 시잉리 짜오 뿌우 따올러	내 짐을 찾을 수 없어요	Tôi tìm không thấy hành lý của tôi 碎尋空 憊 行 李 貼碎 또이 띰 콩 터이 하잉 리 꾸어 또이
我能看一下您的行李票吗? Wǒ néng kàn yīxià nín de xínglǐ piào ma? 워 너엉 칸 이샤 닌더 시잉리 퍄오마	화물표를 보여 주시겠습니까	Tôi có thể xem qua thẻ hành lý của bạn không 碎 固體 貼過 篴行李 貼 伴空 또이 꼬테 샘꽈 태 하잉리 꾸어반 콩

❶找不到 zhǎo·bu dào 찾을 수 없다. 찾지 못하다.

❷cốc 瓺 컵

55

中國	韓國	越南
我们开车去北京郊外玩儿吧 Wǒmen kāichē qù běijīng jiāowài wán er ba 워어먼 카이처어 취 뻬이징 지아오와이 와알 바	우리 차 타고 북경 교외로 놀러가자	Chúng ta lái xe đi du ngoạn Bắc kinh chơi nhé 眾些 欏車㳥 遊 玩北 京逊 nhé 쭈옹따 라이째 디 주 응오안 밧낀 쩌이 내애
不知道周末天气怎么样 Bù zhīdào zhōumò tiānqì zěnme yàng 뿌쯔다오 쩌우무어 티앤치 쩐머 양	주말 날씨가 어떨지 모르겠네	Không biết cuối tuần thời tiết như thế nào 空 別 檜旬 時節 如 勢芾 콩비엇 꾸오이뚜언 터이띠엣테에 나오
最近总是下雨 Zuìjìn zǒng shì xià yǔ 쮀이진 쪼옹 셔 시아 위이	최근에 계속 비가 왔어	Gần đây cứ trời mưa 斯 低 據 歪 霜 건 더이 끄 쩌이 므어
天气预报说这个周末是晴天 Tiānqì yùbào shuō zhège zhōumò shì qíngtiān 티앤치 위빠로 슈어 쩌거 쩌우무어 셔 치잉티앤	일기예보는 이번 주말 맑다고 한다	Dự báo thời thiết nói cuối tuần này trời nắng 豫報 時節 呐 檜旬 尼 歪 曩 즈바오 터이띠엣 노이 쿠오이뚜언 나이 쩌이 낭
但愿是个好天气 Dàn yuàn shìge hǎo tiānqì 딴 위앤셔거 하오 티앤치	날씨가 좋으면 좋겠는데	Hi vọng là trời tốt 希 望 欏 歪 薛 희 봉 라 쩌이 똣
我们带上伞就没问题了 Wǒmen dài shàng sǎn jiù méi wèntíle 워어먼 따이샹 싼 지어우 메이 워언티일러	우산만 가지고 가면 별문제 없을거야	Chúng ta mang theo dù là ổn thôi 眾些 芒蹺 舳欏 穩 催 쭈옹 따 망테오 주 라 온 토이
下雨路滑, 不好开车 Xià yǔ lù huá, bù hǎo kāichē 시아위이 루우 화아, 뿌하오카이처어	비가와 길이 미끄러워 운전하기 나쁘다	Trời mưa đường trơn, không nên lái xe 歪霜塘珍, 空郕欏車 쩌이 므어 드엉 쩌언, 콩녠 라이째

❶总是 zǒng shì 늘. 줄곧. 언제나

❷但愿 dàn yuàn 단지[오로지] …을 원하다

❸带上 dài shàng 1.…하는 김에 닫다 2.쓰거나 몸에 착용하다

❹du ngoạn 遊玩 관광, 여행하다

❺cuối tuần 檜旬 주말

❻thời tiết 時節 기후

❼trời mưa 歪霜 비가 오다

❽trời nắng 坙曀 날이 개다/날이 맑다

❾mang theo 芒蹺 가져오다

❿dù 岫 우산

⓫ổn 穩 1.온화한 2.안정된

⓬trơn 㤞 1.미끄러운 2.무지의(無地)

中國	韓國	越南
我们什么时候出发 Wǒmen shénme shíhòu chūfā 워어먼 셔언머 셔허우 추우파아	우리 언제 출발해요?	Khi nào chúng ta khởi hành? 欺苩 眾 耞 起 行 키나오 쭈옹따 커이 하잉
星期六早上八点在停车场见 Xīngqíliù zǎoshang bā diǎn zài tíngchē chǎng jiàn 싱치리우 짜오샹 빠 디앤 짜이 티잉처 어차앙 지앤	토요일 아침8시 주차장에서 보자	Sáng thứ bảy 8 giờ gặp nhau ở bãi đậu xe nhé 爛次罷 㑱�羕 迍㷆 於 罷杜車nhé 상 트 바이 땀저 갑 냐우 어 바이더우째 내
秋天的景色真美 Qiūtiān de jǐngsè zhēnměi 치우티앤더 지잉써 쩌언메이	가을 경치가 정말 아름다워요	Cảnh mùa thu thật đẹp! 景 務秋 實 懍 까잉 무어 투 텃 댑
车快没油了 Chē kuài méi yóule 처어 콰이 메이 여울러	곧 차에 기름이 떨어진다	Xe sắp hết xăng rồi 車 插歇 涃 耒 째 삽 헷 쌍 조이
看一下地图,看我们离加油站还有多远 Kàn yīxià dìtú, kàn wǒmen lí jiāyóu zhàn hái yǒu duō yuǎn 카안이샤 띠이투우, 카안 워먼 리이 쟈여우짠 여우 뚜어 위앤	지도를 봐, 우리가 주유소에서 얼마나 먼지 봐라	Nhìn bản đồ, xem chúng ta còn cách trạm xăng bao xa 眤 版圖,眂 眾耞 群格站涃包賖 닌 반도, 쎔 쭈옹 따 꼰 까익 짬 쌍 바오 싸
天黑下来了 Tiān hēi xiàláile 티앤헤이 시아라일러	어두어지네	Trời bắt đầu tối rồi 歪 扒 頭 最 耒 쩌이 밧 더우 또이 조이
找不到加油站就麻烦了 Zhǎo·bu dào jiāyóu zhàn jiù máfanle 쟈오부따오 쟈여우짠 지우 마아판러	주유소를 못 찾으면 곤란해진다	Tìm không thấy trạm xăng thì phiền lắm 尋 空僅 站涃 哏 煩 㦖 띰 콩 터이 짬 쌍 티 피언 람

❶找不到 zhǎo·bu dào 찾을 수 없다. 찾지 못하다

❷bãi đậu xe 罷杜車 주차장

❸mùa thu 務秋 가을

❹sắp hết 插歇 돈이나 물건 등이 거의 다 떨어져 얼마 남아 있지 않다

❺xăng 涃 가솔린

❻tối 最 1.밤 2.어두운 3.극히

❼trạm xăng 站涃 주유소

中國	韓國	越南
有没有去广州的线路 Yǒu méiyǒu qù guǎngzhōu de xiànlù 여우메이여우 취 꽝쩌우더 시앤루	광저우 여행 상품이 있나요	Có chuyến du lịch nào đi Quảng Châu không 固 轉 遊歷市 抮 广州 空 꼬오 쭈웬 줄릭 나오 디 꽝저우 콩
我想看看行程安排 Wǒ xiǎng kàn kàn xíngchéng ānpái 워어시앙카안카안 시잉처엉 안 파이	여행일정을 보고싶어요	Tôi muốn xem lịch trình du lịch 碎 憫 貼 歷呈 遊歷 또이 무언 쌤 릿 찐 줄릭
我们有好多条精品线路供您选择 Wǒmen yǒu hǎoduō tiáo jīngpǐn xiànlù gōng nín xuǎnzé 워먼여우하오뚜어디아오징피인시앤루 꿍니인 쉬앤쩌	손님께서 선택할 수 있는 수많은 고급 여행상품이 많이 있습니다	Chúng tôi có rất nhiều chuyến đi hấp dẫn cho bạn lựa chọn 眾碎 固 慄嶅 轉抮 吸引 朱 伴攄撰 쭈웅또이 꼬오 젓니유 쭈웬 디 헙전 쪼 반 르어 쫀
我想住五星级酒店 Wǒ xiǎng zhù wǔ xīng jí jiǔdiàn 워어 시앙 쭈 우우싱 지 지우띠앤	나는 오성급 호텔에 머물고 싶어요	Tôi muốn ở khách sạn năm sao 碎 憫 於客 棧 舥鞋 또이 무언 어 카익싼 남 싸오
三星级都五星级酒店您都可以选择 Sān xīng jí dōu wǔ xīng jí jiǔdiàn nín dōu kěyǐ xuǎnzé 산씽지이 떠우 우우씽지이 지우띠앤 닌 떠우 커어이이 쉬앤쩌	삼성급 부터 오성급 호텔까지 손님께서 어디든 선택할 수 있어요	Bạn có thể chọn lựa khách sạn 3 sao tới 5 sao 伴 固體 撰攄 客棧 呸鞋 細 舥 鞋 반 꼬테에 쫀르어 카익싼 바 싸오 떠이 남싸오

❶线路 xiànlù 1.회로 2.노선 3.오솔길
❷行程 xíngchéng 1.노정 2.스트로크 3.출발하다
❸安排 ānpái 1.안배하다 2.마련하다 3.처리하다 4.꾸리다
❹lịch trình 歷呈 과정. 순서
❺hấp dẫn 吸引 1.   빨아당기다 2.마음이 끌리는
❻lựa chọn 攄撰 1.선택하다 2.고르다
❼năm sao 舥鞋 별 다섯

中國	韓國	越南
我想参加无购物纯玩团 Wǒ xiǎng cānjiā wú gòuwù chún wán tuán 워어시앙찬쟈우꺼우우우 추운완투안	나는 물건구매없는 순수 관광만 할래요	Tôi muốn tham gia đoàn không mua sắm 碎 憫 參加 團 空 膜撒 또이무언 탐쟈 도안 콩 무어 사암
我们不想行程安排得太紧 Wǒmen bùxiǎng xíngchéng ānpái dé tài jǐn 워먼뿌시앙 시잉쳐엉안파이더 타이진	일정이 너무 타이트 한 것은 싫어요	Chúng tôi không muốn sắp xếp lịch trình quá kín 眾碎 空 憫 插撮 歷呈 過謹 쭈웅또이 콩무언 삽셉릿찐 꽈아 끼인
您看这条5000元的线路可以吗 Nín kàn zhè tiáo 5000 yuán de xiànlù kěyǐ ma 닌칸쩌티아오 우치앤위앤도 시앤루커 어이이마	여기 5000위안 짜리 관 광코스는 어때요	Bạn xem chuyến giá năm nghìn yuan này 伴 貼 轉 價 舗 斳 元 尼 반 쌤 쭈웬 쟈 남응인 위앤 나이
我现在还不能确定 Wǒ xiànzài hái bùnéng quèdìng 워어시앤짜이 하이 뿌너엉 취에띵	지금 결정을 못하겠어요	Bây giờ tôi vẫn chưa quyết định được 暟暴 碎 吻楮 決定 特 버이져 또이 버언쯔어 꿱띤 드억
我得先回去跟我先生商量商量 Wǒ dé xiān huíqù gēn wǒ xiānshēng shāngliáng shāngliáng 워어데이 시앤훼이취 껀워 시앤셩 샹량샹량	우선 돌아가서 남편과 상 의해 봐야겠어요	Tôi cần về nhà thương lượng với chồng tôi 碎 勤 術茹 商量 唄 重 碎 또이 껀베냐 트엉르엉 버이쫑 또이

❶纯玩团 chún wán tuán 순수 여행 단체 패키지. [강제적인 쇼핑 코스가 없는 단체 패키지]
❷商量 shāngliáng 1.상의하다 2.의논하다 3.흥정하다
❸tham gia 參加 참가하다
❹sắp xếp 插撮 어렌지 하다, 준비하다
❺kín 謹 꽉~하다
❻vẫn chưa 吻楮 아직 ~않다
❼thương lượng 商量 상의하다
❽chồng 重 남편

中國	韓國	越南
我想寄包裹 Wǒ xiǎng jì bāoguǒ 워어시앙지이 빠오구워	소포를 보내려고 합니다	Tôi muốn gửi kiện hàng 碎憫 寄件 行 또이 무언 끼엔 하잉
寄到韩国 Jì dào hánguó 지이 따오 하안궈어	한국으로 보냅니다	Gửi đến Hàn quốc 寄 到 韓國 그이 데엔 한 꾸억
要多长时间才到 Yào duō cháng shíjiān cái dào 야오 뚜어 차앙 셔지앤 차이 따오	도착까지 시간이 얼마나 걸려요?	Bao lâu mới tới 包 数 黜 細 바오 러우 머이 떠이
普通包裹1-3个月左右, Pǔtōng bāoguǒ 1 zhì 3 gè yuè zuǒyòu 푸퉁빠오궈 이 쯔 싼 거위에 쭈오여우	보통소포는 1-3개월 가량,	Kiện hàng bình thường khoảng 1-3 tháng 件行 平常 曠 爻-匹 腑 끼엔 하잉 빙트엉 쾌앙 못-바 타앙
航空的两个星期, `Hángkōng de liǎng gè xīngqí 하앙쿠웅 더 량꺼 싱치	항공은 2주일	Hàng không khoảng 2 tuần, 航 空 曠 匕旬 하앙쿵 쾌앙 하이 뚜언
EMS只要3天就能到 EMS zhǐyào 3 tiān jiù néng dào EMD즈어야오싼티앤 지우너엉따오	EMS는3일이면 갑니다	EMS chỉ cần 3 ngày là tới nơi EMS只 勤 匹睅 羅 細 坭 EMS찌껀 바 응아이 라 떠이 너이
航空的多少钱 Hángkōng de duōshǎo qián 하앙쿠웅더 뚜어샤오 치앤	항공소포는 얼마죠	Gửi hàng không bao nhiêu tiền 寄 航 空 包 夥 錢 그이 하앙쿵 바오 니유 띠언
请您给我一张航空包裹单 Qǐng nín gěi wǒ yī zhāng hángkōng bāoguǒ dān 치잉니인게이워어 이이짱 하앙쿵 빠오꾸어딴	항공소포신청서를 주세요	Bạn vui lòng cho tôi một tờ đơn gửi hàng không 伴 愜悉 朱 碎 爻 詞单 寄 航空 반 부이롱 쪼또이 못 떠 던 그이 하앙쿠웅
先去那边买个纸箱把东西装起来 Xiān qù nàbiān mǎi gè zhǐxiāng bǎ dōngxī zhuāng qǐlái 시앤취 나비앤 마이 꺼 즈시앙 바 뚱시 쭈앙 치 라이	먼저 저쪽에서 물건을 담을 종이상자를 사세요	Đầu tiên đi lại đằng kia mua một cái hộp giấy bỏ hàng vào trước 頭先 核吏 唐箕 膜 爻 丐盒紙 補行 叺 翹 더우띠언 디라이 당끼어 무어 못까이홉져이 보항바오 쯔억

61

你忘了写联系人电话 Nǐ wàngle xiě liánxì rén diànhuà 니이 와앙러 시에 리앤시이 러언 띠앤화	연락받을 사람 전화번호를 안 적었네요	Bạn quên ghi số điện thoại của người liên hệ 伴 捐 記 數電話 貼 得 聯係 반 퀜 기 쏘디엔토아이 꾸어 응어이 리엔헤

❶包裹 bāoguǒ 소포

❷kiện hàng 件行 소포

❸bình thường 平常 보통,대개

❹tờ đơn 詞单 신청서

❺đầu tiên 頭先 우선, 먼저

❻đẳng kia 唐箕 저기, 저쪽

❼hộp giấy 盒纸 종이상자

❽bỏ hàng vào 捕行𩵜 물건을 넣다

❾quên 捐 잊다, 깜박하다

❿liên hệ 聯係 연락

中國	韓國	越南
请您存一下包 Qǐng nín cún yīxià bāo 치잉니인 추운 이샤 빠오	가방은 맡겨주세요	Bạn vui lòng gửi túi xách 伴 恮悉 寄襖 尺 반 부이롱 그이 뚜이 싸익
今天超市周年庆, 全场打折呢 Jīntiān chāoshì zhōunián qìng, quánchǎng dǎzhé ne 찐티앤 차어셔 쩌우니앤 칭, 취앤차앙 따아저어 너	오늘 수퍼 개장기념일이라 전부 할인 판매해요	Hôm nay mừng ngày thành lập siêu thị, giảm giá toàn bộ mặt hàng 顳念惘唔成立超市, 減價全部棐行 홈나이믕응아이타잉럽씨우티, 쟘쟈또안보 맛 하잉
我要买些生活用品 Wǒ yāomǎi xiē shēnghuó yòngpǐn 워어 야오마이 시에 셔엉후어 융피인	나는 생활용품을 살 거야	Tôi muốn mua một số đồ dùng hàng ngày 碎 憫 瞙 乂數 圖用 行唔 또이 무언 무어 못쏘 도용 항응아이
生活用品区在二层 Shēnghuó yòngpǐn qū zài èr céng 셔엉후어 유융핀 취 짜이 알 처엉	생활용품 판매대는 2층에	Vật dụng hàng ngày bán ở lầu 2 物用 行唔 觧於樓弍 벗중 항응아이 바안 어어 러우 하이
请问这个生产日期在哪儿? Qǐngwèn zhège shēngchǎn rìqí zài nǎ'er 치잉원 쩌어거 셔엉차안 러치이 짜이 나알	이것은 생산 일자가 어디에 적혀 있나요?	Cho hỏi ngày sản xuất của sản phẩm này ở đâu? 朱嗨 唔產出 貼 產品尼 於兜 쪼호이 응아이싼쓰엇 꾸어 싼퍼엄 나이 어 더우
生产日期一般都在包装上 Shēngchǎn rìqí yībān dōu zài bāozhuāng shàng 셔엉찬 러러치이 이이빤 떠우 짜이 빠오쭈앙 샹	생산 일자는 대개 포장에 적혀 있어요	Ngày sản xuất sản phẩm thông thường được in trên bao bì 唔產出 產品 通常 特 印達 包皮 응아이싼쑤엇싼펌 통드엉 드억 인 쩬 빠오삐
这是买一送一吗 Zhè shì mǎi yī sòng yī ma 저셔 마이 이이 쑤옹 이이 마	이거 하나 사면 하나 거저 주나요?	Cái này mua một tặng một phải không 丐尼 瞙乂 贈乂 沛 空 까이나이 무어못 땅못 파이 콩
这个是不是有赠品? Zhège shì bùshì yǒu zèngpǐn? 쩌거 셔 부셔 여우 쩌엉피인	이건 증정품인가요	Cái này có quà tặng không 丐 尼 固 菓 贈 空 까이나이 꼬 꽈 땅 콩

您结账后可以凭购物小票到服务台领取 Nín jiézhàng hòu kěyǐ píng gòuwù xiǎo piào dào fúwù tái lǐngqǔ 니인지에짱허우 커어이이 피잉꺼우우우 샤오퍄오 따오푸우타이 리잉 취	결제하신 후 영수증을 가지고 서비스 카운터에 가서 받으세요	Sau khi bạn thanh toán có thể cầm theo hóa đơn đến quầy phục vụ mà lấy 詉欺伴清算固體拎蹺貨單到櫃服務麿祉 싸우키반 타잉또안 꼬테에 껌테오 화던 덴 꿔이퓵부 마 러이
麻烦你多给我个袋子 Máfan nǐ duō gěi wǒ gè dàizi 마아판 니 뚜어 게이워어 꺼 따이즈	가방을 더 주세요	Bạn vui lòng cho tôi xin thêm cái túi 伴恄悉 朱碎 吣 添 丐襪 반부이롱 쪼또이 씬템 까이 뚜이

❶打折 dǎzhé 할인하다. 에누리하다

❷凭 píng 1.기대다 2.의지하다 3.증거 4.근거로 하다

❸领取 lǐngqǔ 1.받다 2.수령하다

❹túi xách 가방

❺ngày thành lập 時成立 창립일

❻toàn bộ 全部 모두

❼mặt hàng 楜行 물건, 상품

❽đồ dùng 圖用 도구

❾hàng ngày 行時 매일, 일상

❿vật dụng 物用 용품

⓫ngày sản xuất 時産出 생산일

⓬thông thường 通常 통상, 일반적으로

⓭in 印 인쇄하다

⓮bao bì 包皮 포장지

⓯tặng 贈 주다, 보내다,증정하다

⓰quà tặng 菓贈 증정품

⓱cầm 拎 손에들다

⓲quầy phục vụ 櫃服務 서어비스 카운터

中國	韓國	越南
我想买一台空调 Wǒ xiǎng mǎi yī tái kòngtiáo 워어 시앙마이 이이 타이 쿵티아오	에어컨 한 대 사려고 해요	Tôi muốn mua một máy điều hòa 碎 憫 膜乂 檯 調 和 또이 무언 무어 못 마이디어 우화
这两钟有什么不同? Zhè liǎng zhōng yǒu shé me bùtóng 쩌어 양쭝 여우 셔언머 뿌우 투웅	저 두 개는 서로 어디가 다른 거죠?	Hai loại này khác nhau chỗ nào 台 類 尼 恪 饒 坬 芇 하이 로아이나이 카악냐우 쪼 나오
这种是超级静音的, Zhè zhǒng shì chāojí jìngyīn de 쩌 쫑셔 차오지지 징인 더	이쪽은 초 저소음 이고	Loại này vô cùng yên tĩnh, 類 尼 無 窮 安 靜 로아이 나이 보꾸웅 엔 띠잉
那种是带负氧离子的 Nà zhǒng shì dài fù yǎng lízǐ de 나아 쫑셔 따이 푸우 야양 리즈 더	저쪽은 음이온이 있어요	loại kia không có oxy 類 箕 空 固 oxy 로아이 끼어 콩 꼬오 옥시
哪一种好一些? Nǎ yìzhǒng hǎo yìxiē 나 이쫑 하오 이이 시에	어느 것 더 좋아요?	Loại nào tốt hơn? 類 芇 辥 欣 로아이 나오 똣 허언
质量都不错, 看您需要了 Zhìliàng dōu bùcuò, kàn nín xūyàole 쯜랴앙 떠우 부우 추오, 칸 니인 쉬야올러	품질은 다 좋아요, 어떤 것이 필요한지 보세요	Chất lượng đều rất tốt, tùy vào bạn cần loại nào 質 量 調 慄 辥,隨 皈 伴 勤 類 芇 쩟르엉 데우 젓 똣, 뚜이 바오 반 껀 로아이 나오
哪个是最新款? Nǎge shì zuì xīn kuǎn 나아꺼 셔 쮀이 신 콰안	어느 것이 최신품 이죠?	Loại nào là mới nhất? 類 芇 羅 黮 一 로아이 나오 라 머이 녓
最新款现在刚上市, Zuìxīn kuǎn xiànzài gāng shàngshì 쮀이 신 콰안 시앤짜이 깡 샤양셔	최신품은 이제 막 시장에 나와서	Loại mới bây giờ vừa bán tại thị trường, 類 黮 眠暴 㢠觯 在 市 場 로아이 머이 버이져 브어반 따이 티이 트엉
价钱比较高一些 Jiàqián bǐjiào gāo yīxiē 쟈치앤 비이쟈오 까오 이이 시에	가격이 비교적 비싼 편이죠	giá đắt hơn đôi chút 價 㗂 欣 堆 拙 쟈 닷 허언 도이 쭈웃
老款式正在搞促销 Lǎo kuǎnshì zhèngzài gǎo cùxiāo 라오콴셔 쩡짜이 까오 추우샤오	구식 스타일은 판촉 중입니다	Loại cũ đang khuyến mãi 類 舊 當 勸 買 로아이 꾸우 당 쿠웬 마이

❶超级 chāojí 1.초 2.뛰어난, 수퍼
❷静音 jìngyīn 1.소리죽임 2.무음상태 3.무성상태
❸一些 yìxiē 1.약간 2.조금 3.여러 번 4.여러 가지

❹负氧离子 fù yǎng lízǐ 음이온

❺新款 xīn kuǎn 새로운 스타일

❻上市 shàngshì 1.출시되다 2.시장에 나오다 3.시장에 가다

❼搞 gǎo 1.하다 2.꾸미다 3.가지고 놀다 4.손에 넣다

❽促销 cùxiāo 판매를 촉진시키다

❾khác nhau 恪饒 서로 다르다

❿vô cùng 無窮 1. 극히 2. 매우 3. 몹시

⓫yên tĩnh 安靜 1. 조용한 2. 고요한

⓬tùy vào 随㐌 ~하기 나름이다

⓭vừa 㳁 이제 막~하다

⓮thị trường 市場 시장

⓯đôi chút 堆拙 ~에 비하여

中國	韓國	越南
保修多长时间? Bǎoxiū duō cháng shíjiān 빠오시우 뚜어 차앙 셔어지앤	보증기간은 얼마죠?	Bảo hành trong bao lâu 保 行 𢘾 包 数 바오 하잉 쫑 바오 러우
终身保修,一年免费维修的 Zhōngshēn bǎoxiū, yìnián miǎnfèi wéixiū de 쫑션빠오시우, 이이니앤 미앤페이 웨이시우더	종신 보증에 1년은 무료 유지 보수해 드려요	Bảo hành cả đời, miễn phí bảo trì 保 行 奇𣩂, 免 費 葆 持 바오하잉 까더이, 미앤피 바오 찌
你们给送货吗? Nǐmen gěi sòng huò ma 니먼 게이 쏭 후어 마?	배달 해 주나요?	Bạn có giao hàng không 伴 固 交 行 空 반 꼬오 쟈오 하잉 콩
送货到家并负责安装 Sòng huò dàojiā bìng fùzé ānzhuāng 쏭 후어따오 쟈 삥 푸저어 안쭈앙	배달하고 설치도 해드립니다	Giao hàng tận nhà và cả lắp ráp 交 行 盡 茹 吧 奇 撥 拉 쟈오하잉 떤냐 바 까 럽 잡
请在送货单上填好您的姓名和地址 Qǐng zài sòng huò dān shàng tián hǎo nín de xìngmíng hé dìzhǐ 치잉 쏭휘딴샹 티앤하오 니인더 싱미잉 허 띠이즈	발송장에 귀하의 이름과 주소를 적어주세요	Vui lòng điền đầy đủ tên và địa chỉ của bạn trên phiếu giao hàng 愉悉 田 溶都 㧒 吧 地址 貼 伴 達 票 交 行 부이롱 디엔 더이두 뗸 바 디 어찌 꾸어 반 쪤 피우 쟈오하잉
发票开单位的还是个人的? Fāpiào kāi dānwèi de háishì gèrén de 파퍄오 카이 딴웨이더 하이셔 꺼 어러언더	송장은 회사 앞으로 하나요 아니면 개인 앞으로 하나요?	Viết hóa đơn cho công ty hay cá nhân 日 貨 單 朱 公 司 哈 個人 비엇 화던 쪼 꽁띠 하이 까년

---

❶保修 bǎoxiū 보증

❷维修 wéixiū 1.간수 수리하다 2.보수하다 3.수리 4.수선

❸并 bìng 아우를 병 1.합치다 2.나란히 하다 3.같이 4.결코

❹负责 fùzé 1.책임이 있다 2.책임감이 강하다 3.담보하다

❺安装 ānzhuāng 1.　　　 설치하다 2.고정시키다 3.프로그램을 설치하다 4.셋업하다

❻填 tián 메울 전 1.채우다 2.보충하다 3.기입하다 4.칠하다

❼发票 fāpiào 영수증, 송장

❽Bảo hành 保行 보장하다

❾cả đời 奇𣩂 일생동안, 평생동안

❿bảo trì 葆持 1.뒷바라지하다 2.애프터서비스 하다

⓫lắp ráp 撥拉 조립하다　　　⓬tận nhà 盡茹 집에까지~해주다

⓭điền 田 써 넣다, 채워넣다　　　⓮đầy đủ 溶都 완전히

⓯phiếu giao hàng 票交行 발송장

中國	韓國	越南
这苹果多少钱一斤? Zhè píngguǒ duōshǎo qián yī jīn 쩌 피잉궈 뚜어샤오 치앤 이이 진	이 사과 한 근에 얼마죠?	Táo này giá bao nhiêu? 枣 你 價 包 蠥 따오 나이 쟈 바오니유
十块钱一斤 Shí kuài qián yī jīn 셔 콰이 치앤 이이 진	1근에 10위앤 입니다	mười yuan một ki 进 元 乄 ki 므어이 위앤 느어 끼
十五块钱两斤可以吗? Shíwǔ kuài qián liǎng jīn kěyǐ ma? 셔우우콰이치앤 량진 커어이이마?	15위앤에 2근 되나요?	mười lăm yuan hai ki được không? 进 淰 元 台 Ki特 空 므어이람 위앤 하이 끼 드억 콩
你要多少? Nǐ yào duōshǎo 니이 야오 뚜어샤오	얼마나 필요해요?	Bạn muốn mua bao nhiêu? 伴 憫 膜 包 蠥 반 무언 무어 바오 니유
给我秤5斤 Gěi wǒ chèng 5 jīn 게이워어 처엉 우 찐	5근 달아 주세요	Cân cho tôi 5 ki 斤 朱 碎 瓶 ki 껀 쪼 또이 남 끼
这菠菜怎么卖? Zhè bōcài zěnme mài? 쩌어 뿨어차이 쩐머 마이	이 시금치 얼마에 파나요?	Cải bina này bán sao? 苡 bina 尼 觧 牢 까이 비나 나이 반 싸오
再要两斤黄瓜 Zài yào liǎng jīn huángguā 짜이 야오 량찐 후앙꽈아	또 오이도 2근 필요해요	Lấy thêm hai ki quả dưa leo 祕 添 台 Ki 果 dưa leo 러이 템 하이 끼 꽈아 즈어 레오
我没有零钱, 给你一张一百的吧 Wǒ méiyǒu língqián, Gěi nǐ yī zhāng yībǎi de ba 워어 메이여우 리잉치앤, 게이니이 이짱 이바이더 바	잔돈이 없어요, 백위앤짜리 한장 드리죠	Tôi không có tiền lẻ, đây là một tờ một trăm yuan 碎 空 固 錢 祕,低 羅 乄 詞 乄 羸 元 또이 콩꼬 띠언 레, 더이라 못 떠 못 짬 위앤
我找不开 Wǒ zhǎo bù kāi 워어 짜오 뿌우 카이	나 잔돈 없어요	Tôi không có tiền thói 碎 空 固 錢 thói 또이 꽁 꼬 띠언 토이
我去换点儿零钱 Wǒ qù huàn diǎn er língqián 워어 취 환디알 리잉 치앤	내가 가서 잔돈을 바꿔오죠	Tôi đi đổi một ít tiền lẻ 碎 移 撌 乄 沙 錢 祕 또이 디 도이 못 잇 띠언 레

❶秤 chèng 저울 칭. 저울

❷菠菜 bōcài 시금치

❸黄瓜 huángguā 오이

❹零钱 língqián 1. 소액화폐 2.부수입 3.용돈

❺找不开 zhǎo bù kāi 잔돈이 없어 거슬러주지 못하다

❻Táo 枣 사과

❼nửa 姅 절반

❽cân 斤 1.저울 2.달다 3. 균형의

❾cải bina 苺bina 시금치

❿quả dưa leo 果dưa leo 오이

⓫tiền lẻ 錢裗 잔돈

⓬thói ~이면 됐어

⓭một ít 乂沙 1.약간 2.조금

中國	韓國	越南
小姐，您看中哪件？ Xiǎojiě, nín kàn zhòng nǎ jiàn 샤오제, 닌 칸 쭝 나아 지앤	아가씨, 어느 게 마음에 들어요?	Chào cô, cô thích cái náo? 嘲 姑,姑 適 丐 芇 짜오 꼬, 꼬 팃 까이 나오
我随便看看 Wǒ suíbiàn kàn kàn 워어 수이비앤 카안 카안	그냥 둘러볼게요	Để tôi xem qua 低 碎 貼 過 데에 또이 샘 꽈아
我想买件小西服外套 Wǒ xiǎng mǎi jiàn xiǎo xīfú wàitào 워어 시앙 마이 지앤 샤오 시푸 와이 타오	양복 외투을 사고싶어요	Tôi muốn mua một cái áo khoác Tây nhỏ 碎 憫膜 爻丐 襖khoác 西 卼 또이 무언무어 못까이 아오코 앗 떠이 뇨
你看这件怎么样？ Nǐ kàn zhè jiàn zěnme yàng 니칸 쩌 지앤 쩐머 양	이건 어때요?	Bạn xem cái này thế nào? 伴 貼 丐尼 勢 芇 반 샘 까이 나이 테에 나오
这是什么料子的？ Zhè shì shénme liàozi de? 쩌셔 셔언머 랴오즈 더	이건 어떤 재질이죠?	Đây là chất liệu gì vậy? 低 羅 質 料 之 丕 더이 라 쩟 리어우 지 버이
纯棉的 Chún mián de 추운 미앤더	순면 입니다	Cô-tông cotton 꼬 똥
还有别的颜色吗？ Hái yǒu bié de yánsè ma 하이 여우 비에 더 이앤써어 마	다른 색상도 있나요?	Có màu sắc khác không? 固 牟 色 恪 空 꼬 마우 삭 칵 콩
这个颜色就很适合您 Zhège yánsè jiù hěn shìhé nín 쩌거 이앤써 지우 허언 셔허어 닌	이 색상이 당신에게 매우 잘 어울립니다	Màu này thích hợp với bạn lắm 牟 尼 適 合 唄 伴 夥 마우 나이 팃 헙 버이 반 람

❶看中 kàn zhòng 1.마음에 들다 2.보고 정하다

❷随便 suíbiàn 마음대로[좋을대로, 형편대로] 하다

❸外套 wàitào 1.외투 2.반코트 3.청대에 예복 위에 입던 조끼 4.포장 봉투

❹料子 liàozi 1.옷감 2.목재 3.인재

❺颜色 yánsè 1.색채 2.얼굴빛 3.무서운 얼굴빛

❻适合 shìhé 1.적합하다 2.알맞다 3.우연히 서로 합치되다 4.우연히 맞아 떨어지다

❼áo khoác 襖khoác 외투

❽chất liệu 質料 1.가공되지 않은 원료 2.예술작품을 창작하기 위한 자료

❾màu sắc 牟色 색상

中國	韓國	越南
能试穿吗? Néng shì chuān ma 너엉 셔 추안 마	입어봐도 되나요?	Có thể mặc thử không 固體 默試 空 꼬테에 막 트어 콩
您穿多大号合适? Nín chuān duōdà hào héshì 니인 추안 뚜어따 하오 허어셔	어떤 사이즈가 맞아요?	Bạn mặc vừa cỡ số bao nhiêu 伴 默 妑 筥數 包爹 반 막 브어 꺼어 쏘 바오 니유
您穿中号的就可以了 Nín chuān zhōng hào de jiù kěyǐle 니인 추안 쭝하오더 지우 커어일러	중간 사이즈면 딱 맞아요	Tôi mặc cỡ trung bình là vừa 碎 默 筥中 平 羅 妑 또이 막 꺼어 쭝 빙 라 브어
试衣间在那边 Shì yī jiān zài nàbiān 셔이이지앤 짜이 나아비앤	피팅룸은 저 쪽입니다	Phòng thử đồ ở đẳng kia 房 試 圖於 唐 箕 퐁 트어 도 어 당 끼어
好像有点儿紧, 有大一号的吗? Hǎoxiàng yǒudiǎnr jǐn, yǒu dà yī hào de ma 하오시앙 여우디알 찌인, 여우 따아 이 하오 더 마	약간 타이트 한데, 1호 더 큰 것 있나요	Hình như có hơi chật, có cỡ lớn hơn 1 số không 形如 固唏質,固筥 欣 欣 爻數 空 힝녀 꼬 허이쩟, 꼬 러언 헌 못쏘 콩
太贵了, 能便宜点儿吗? Tài guìle, néng piányí diǎnr ma 타이 꿰일러, 너엉 피애니 디알마	너무 비싸요, 좀 싸게 해주세요	đắt tiền quá, có thể rẻ chút không 㤁 錢 過, 固體 易 怵 空 닷 띠언 꽈아, 꼬테에 제 쭈웃 콩
那算了, 我在看看 Nà suànle, wǒ zài kàn kàn 나 쑤안러, 워어 짜이 카안카안	됏어요, 또 둘러볼게요	Thôi vậy, để tôi xem tiếp 催 丕, 底碎 貼 接 토이 버이, 데 또이 쌤 띠업

❶试穿 shì chuān 1.입어 보다 2.가봉하다

❷好像 hǎoxiàng 1.　　　마치 …과 같다 2.예컨대 3.예를 들면

❸算了 suànle 1.그만두다 2.개의하지 않다 3.내버려두다 4.따지지 않다

❹mặc thử 默試 입어보다

❺vừa 妑 1.맞다 2.막

❻cỡ số 筥數 사이즈 번호

❼trung bình 中平 중간의

❽thử đồ 試圖 ~해 보다

❾hơi chật 唏質 조금 끼이다, 약간 타이트하다

71

中國	韓國	越南
帮我查一下有没有这本书好吗 Bāng wǒ chá yīxià yǒu méiyǒu zhè bèn shū hǎo ma? 빵워 차아 이샤 여우메이여우 쩌 번슈 하오 마	이 책이 있는 지 찾는 걸 좀 도와주시죠	Kiểm tra giúp tôi xem có quyển sách này được không 檢查 劼碎 貼 固 卷册 尼 特 空 끼엠 짜 줍 또이 샘 꼬 꾸웬 싸잌 나이 드억 콩
左边第二排 zuǒbiān dì èr pái 쭈오비앤 띠 얼 파이	왼쪽 두번째 칸입니다	Hàng thứ 2 bên trái 行 次 台边 債 하잉 트 하이 벤 짜이
我在学习汉语 Wǒ zài xuéxí hànyǔ 워어 짜이 쉬에시이 하안위이	나는 중국어를 공부하고 있다	Tôi đang học tiếng Trung Quốc 碎 當 學 唶 中 國 또이 당 홉 띠엉 쭝 꾸억
您能不能给我推荐一下 Nín néng bùnéng gěi wǒ tuījiàn yīxià 닌 너엉 뿌너엉 게이워 퉤이지앤 이샤	저에게 추천 좀 해주세요	Bạn có thể giới thiệu cho tôi không? 伴 固體 介紹 朱 碎 空 반 꼬테에 저이티우 쪼 또이 콩
这本教材不错 Zhè bèn jiào cai búcuò 쩌어 버언 쟈오차이 부우 추오	이 교재가 좋아요	Cuốn sách giáo dục này rất hay 卷 册 教育 尼 慄 咍 쿠언 싸잌 쟈오 줍 나이 젓 하이
是哪个出版社的? Shì nǎge chūbǎn shè de 셔 나가 추우빠안셔 더	어는 출판사 책이죠?	Của nhà xuất bản nào vậy 貼 茹 出 版 芇 丕 꾸어 냐 쑤엇 빤 나오 버이
是什么时候出版的? Shì shénme shíhòu chūbǎn de 셔 셔언머 셔어후 추우빠안 더	언제 출판된 거죠?	Xuất bản khi nào vậy 出 版 欺 芇 丕 쑤엇 빤 키 나오 버이
您可以到音像制品区选购 Nín kěyǐ dào yīnxiàng zhìpǐn qū xuǎn gòu 니인 커이이 따오 인샹 쯔피인 취 쉬앤 꺼우	음향제품부로 가서 구매할 수 있어요	Bạn có thể lựa chọn ở khu sản phẩm âm hưởng 伴 固體 攄撰 於 區 産品 音響 반 꼬테에 르어쬰 어 쿠 싼펌 엄허엉

❶推荐 tuījiàn 추천하다

❷选购 xuǎn gòu 1.골라서 사다 2.선택하여 사다

❸quyển sách 卷册 책

❹bên trái 边債 왼쪽

❺âm hưởng 音響 1.음향 2.반향

中國	韓國	越南
这台笔记本电脑成色不太好 Zhè tái bǐjìběn diànnǎo chéngsè bútàihǎo 쩌타이 비지이버언 띠앤나오 처엉 써 부우 타이 하오	이 태블릿 컴퓨터는 상태가 나쁩니다	Chiếc máy vi tính xách tay này chất lượng không tốt lắm 隻 檯微併 尺稱尼 質量 空 辭夥 찌억 마이비띤 싸익따이나이 쩟르엉 콩 똣 람
我想要台九成新的 Wǒ xiǎng yào tái jiǔ chéng xīn de 워어 시앙야오 타이지우 처엉신더	나는 90%새 것으로 원한다	Tôi muốn mua máy mới chín mươi phần trăm 碎 憫瞙 檯 豴 尨迚 分纂 또이 무언무어 마이 머이 찐 므어이 펀 짬
这台机子的键盘不好用 Zhè tái jīzi de jiànpán bù hǎo yòng 쩌타이 지즈더 지앤파안 뿌하오융	이 기계 건반이 좋지않다	Bàn phím của máy này không tốt 盤 枦 貼 檯尼空 辭 반 핌 꾸어 마이 나이 콩 똣
可以给你换一个键盘 Kěyǐ gěi nǐ huàn yīge jiànpán 커어이이 게이니이환 이이거 지앤파안	키보드 한개 교환해주마	Có thể thay cho bạn bàn phím mới 固體 絁 朱 伴 盤枦 豴 꼬테 타이 쪼 반 반 핌 머이
屏幕有亮点 Píngmù yǒu liàngdiǎn 피잉무 여우 랴앙 띠앤	스크린이 밝다	Màn hình hơi sáng 幔 形 有 烱 만 힝 허이 상
这台机子是什么配置? Zhè tái jīzi shì shénme pèizhì 쩌어타이 지즈 셔 셔언머 페이즈	이 기계 구성은 어떤가요	Máy này có cấu hình gì 檯 尼固構形之 마이 나이 꼬 꺼우 힌 지
返修过吗? Fǎnxiūguò ma 판시우꾸어마	수리가 되었나요	Đã từng sửa chữa bao giờ chưa 㐌層 使 助 包暴 楮 다 뜨엉 스어 쯔어 바어저 쯔어
有升级空间吗? Yǒu shēngjí kōngjiān ma 여우 셔엉지이 쿵지앤 마	업그레이드 여유가 있나요	Còn có thể nâng cấp không 群 固體 揌級 空 꼰 꼬테에 넝 껍 콩
最低多少钱 Zuìdī duōshǎo qián 쮀이띠 뚜어샤오 치앤	최저 얼마할 수 있나요?	Ít nhất bao nhiêu tiền? 泆 一 包 慈 錢 잇 녓 바오 니유 띠언
你说个价吧 Nǐ shuō gè jià ba 니 슈어 꺼어 쟈 바	금액을 말해 보세요	Bạn cho tôi biết giá đi 伴 朱 碎別 價移 반 쪼 또이 비엇 쟈 디
我最高给两千块钱 Wǒ zuìgāo gěi liǎng qiān kuài qián 워쮀이까오 게이 양치앤 콰이치앤	최고로 2천위앤 드리죠	Tôi có thể trả cao nhất hai nghìn yuan 碎 固體 版 高一 㕵鈈 元 또이 꼬테 짜 까오녓 하이 응인 위앤

❶笔记本 bǐjìběn 1.   노트 2.수첩 3.비망록

❷成色 chéngsè 1.순도 2.품질 3.품위

❸九成 jiǔ chéng 1.10분의 9 2.9할 3. 9층

❹屏幕 Píngmù 1.영사막 2.스크린

❺返修 fǎnxiū 1.원래의 생산 기관이나 수리 기구에 보내 재수리하다

❻升级 shēngjí 1.승급하다 2.단계적으로 확대되어 가다 3.품질을 향상시키다 4.진급

❼phần trăm 分糵 퍼센트

❽bàn phím 盘杬 1. 건반 2. 자판

❾màn hình 幔形 1. 화면 2. 스크린

❿hơi 有 약간

⓫cấu hình 構形 구성

⓬Đã từng 㐌層 ~한 적이 있다

⓭sửa chữa 使助 1. 수리하다 2. 수선하다

⓮nâng cấp 㧬級 1. 승격시키다 2. 향상시키다

⓯ít nhất 沙一 1. 최소한도. 2.최소한

⓰trả 版 돌려주다

中國	韓國	越南
可以电话订货吗? Kěyǐ diànhuà dìnghuò ma 커어이이 띠앤화 띠잉 후어 마	전화로 주문가능 해요?	Có thể đặt hàng qua điện thoại không 固體達行過電話空 꼬테에 닷 하잉 꽈 디엔 토아이
怎么付钱呢? Zěnme fù qián ne 쩐머 푸우 치앤 너	대금지불은 어떻게 하나요?	Thanh toán thế nào 清算勢市 타잉 또안 테에 나오
可以货到付款吗? Kěyǐ huò dào fùkuǎn ma 커어이이 후어따오 푸우쾌안 마	물건 받고 지불해도 되나요?	Có thể thanh toán tiền mặt khi giao hàng không 固體清算錢糆欺交行空 꼬테에 타잉또안 띠언맛 쟈오하잉 콩
是哪儿生产的? Shì nǎ'er shēngchǎn de 셔 나알 셔엉차안 더	어디서 생산된 거죠?	Được sản xuất ở đâu vậy 特產出於兜丕 드억 싸안 쑤엇 어 더우 버이
不合适能不能退换? Bù héshì néng bùnéng tuìhuàn 뿌우 허어셔 너엉 뿌너엉 퉤이환	안맞으면 반품가능해요?	Có thể cho đổi trả nếu không hợp không 固體朱捯版叮空合空 꼬테에 쪼 도이짜 네우 콩헙 콩
7天包退, 1个月包换 7 Tiān bāo tuì, 1 gè yuè bāo huàn 치티앤빠오퉤이, 이거위에 빠오 환	7일이내 반품, 1개월이네 교환가능합니다	Trả trong vòng bảy ngày, đổi trong vòng 1 tháng 版䏦綏罢曘,捯䏦綏乂腦 짜쫑봉바이응아이, 도이쫑봉못 타앙
可以电话订餐吗? Kěyǐ diànhuà dìngcān ma 커어이이 띠앤화 띠잉 찬 마	전화로 음식 주문 되나요?	Có thể đặt thức ăn qua điện thoại không 固體達式咹過電話空 꼬테에 닷 트억안 꽈아 디엔 토아이 콩
您想点什么呢? Nín xiǎng diǎn shénme ne 니인 시앙 띠앤 셔언머 너	뭘 주문하실려고요?	Bạn muốn đặt món gì 伴憫達𦓡之 반 무언 닷 몬 지
我要一个比萨 Wǒ yào yīgè bǐsà 워어 야오 이이거 삐이싸	피자 한 판 주문합니다	Tôi muốn một cái pizza 碎憫爻丐pizza 또이 무언 못 까이 피자
9寸的还是12寸的? 9 Cùn de háishì 12 cùn de 지우추운더 하이셔 셔알 추운더	9인치 아니면 12인치요?	Chín inch hay là mười hai inch 扲inch哈羅迻𦓡 inch 찐인찌 하이라 므어이 하이 인찌
除了比萨还是别要的? Chúle bǐsà háishì bié yào de 추출러 삐이싸, 하이셔 비에야오더	피자 말고 다른 필요한 거 없어요?	Ngoài pizza còn muốn thêm gì nữa không 外pizza群憫添之女空 응오아이피자 꼰 무언템지 느 어콩

❶订货 dìnghuò 1. 물품을 주문하다 2.주문

❷付钱 fù qián 지불하다

❸退换 tuìhuàn 산 물건을 딴 물건과 바꾸다

❹包退 bāo tuì 반품의 인수를 보증하다

❺包换 bāo huàn (물건이 나쁜 경우에) 교환을 보증하다

❻订餐 dìngcān 음식을 주문하다

❼除了 Chúle 1.…을 제외하고 2.…외에 또 3.… 않으면 … 하다

❽đặt hàng 達行 주문하다

❾tiền mặt 錢柵 현금

❿đổi trả 扚版 반품하다

⓫trong vòng 艃綾 ~이내에, ~동안

⓬thức ăn 式咹 음식

⓭Ngoài 外 ~외에

中國	韓國	越南
请您留一个送餐地址和联系电话 Qǐng nín liú yīgè sòng cān dìzhǐ hé liánxì diànhuà 치잉니인 리우이거 쑹찬 띠이즈 허 리앤시 띠앤화	음식 보낼 주소와 연락처를 남겨주세요	Bạn vui lòng cho tôi biết địa chỉ giao hàng và số điện thoại liên lạc 伴 恬悉 朱碎 別 地址 交行 吧數 電話 連絡 반부이롱 쪼또이 비엇 디어찌 쟈오항 바 쏘 디엔토아이 리엔락
送到泰山花园2号 Sòng dào tàishān huāyuán 2 hào 쑹따오 타이샨 화위앤 알 하오	태산화원 2호로 보내세요	Gia tới số 2 công viên Tai Shan 交 細 數台公 園 泰 山 쟈 떠이 쏘 하이 꽁비언 타이샨
大概40分钟后给您送到 Dà gài 40 fēnzhōng hòu gěi nín sòng dào 따아까이 쓰셔펀쯩 허우 게이 니 니 쑹 따오	대략 40분 후에 도착합니다	Khoảng bốn mươi phút giao tới cho bạn 曠 罤迸 發 交 細 朱 伴 콰앙 본 므어이 풋 쟈오 떠이 쪼 반

中國	韓國	越南
掌柜的,想买您家宝贝 Zhǎngguì de, xiǎng mǎi nín jiā bǎobèi 짜앙꾸에이더, 시앙 마이 니인 지아 바오뻬이	주인장, 가게 물건을 사고싶은데요	Chú tiệm ơi, tôi muốn mua mấy sản phẩm của bạn 主店哊, 碎憫瞙尒産品貼伴 쭈우 띠엄 어이,또이 무언무어 머이 싼퍼엄 꾸어 반
看中哪件了? Kàn zhòng nǎ jiànle 카안 쭌 나아 지앤 러	뭐가 마음에 드시나요	Bạn muốn mua cái nào 伴 憫 瞙 丐 芇 반 무언 무어 까이 나오
我很喜欢那对心形镶钻的耳环 Wǒ hěn xǐhuān nà duì xīn xíng xiāng zuān de ěrhuán 워 허언 시환 나뚜에이 신싱 시앙쭈 안더 얼 환	저 하트모양 큐빅 이어링이 매우 마음에 듭니다	Tôi rất thích đôi bông tai kim cương hình trái tim 碎 慄 適 對 蘿聰 金剛 形 腺心 또이 젓 팃 도이 봉따이 낌끄엉힝 짜이 띰
你真有眼光 Nǐ zhēnyǒu yǎnguāng 니이 쩐 여우 위앤꽈앙	보는 눈이 있으시군요	Bạn thật khéo chọn 伴 實 巧 撰 반 텃 케오 쫀
是纯银的吗? Shì chún yín de ma 셔 추운 이인더 마	순은 인가요	Nó bằng bạc phải không 奴 朋 鉑 沛 空 노 방 박 파이 콩
有没有配套的项链? Yǒu méiyǒu pèitào de xiàngliàn 여우메이여우 페이타오더시앙리앤	어울리는 목걸이가 있나요	Có dây chuyền đồng bộ không 固 低 轉 同 部 空 꼬 더이 쭈웬 동 보 콩
快递到上海多少钱? Kuàidì dào shànghǎi duōshǎo qián 콰이띠따오 샹하이 뚜어샤오 치앤	상해로 보내는 속달비 얼마죠?	Chuyển phát nhanh tới Thượng Hải bao nhiêu tiền 轉 發遁 細 上海 包鴍 錢 쭈웬 팟 냐잉 떠이 트엉하이 바오니유 띠언
请拍下商品并用支付宝付款 Qǐng pāi xià shāngpǐn bìngyòng zhīfùbǎo fùkuǎn 치잉 파이샤 샤앙피인 삥용 쯔푸우 빠오 푸우 콴	상품사진 찍고 알리페이로 결제하세요	Mời bạn chọn sản phẩm bạn muốn và thanh toán bằng thẻ thanh tón 哶伴撰産品伴憫吧清算朋箖清算 머이빈쫀싼펌반무언 바 타잉또안 방 테 타잉또안
货品已发出,请注意查收 Huòpǐn yǐ fāchū, qǐng zhùyì cháshōu 후어피인 이이 파추, 치잉 쭈우이 차셔우	물건은 이미 나갔으니 주의해서 잘 받으세요	Hàng hóa đã được gửi, vui lòng chú ý kiểm nhận 行貨 㐂 特 寄,惏悉 注意 檢認 하잉화 다 드억 그이, 부이롱 쭈우이이 끼엄 년

❶掌柜 Zhǎngguì 1.상점주인 2.남편 3.지주

❷宝贝 bǎobèi 1.보배 2.귀여운 아이 3.귀여워하다 4.별사람

❸镶钻 xiāng zuān 큐빅, 다이아몬드

❹耳环 ěrhuán 귀고리

❺眼光 yǎnguāng 1.시선 2.안목 3.관점

❻配套 pèitào 1.하나의 세트로 만들다 2.조립하다 3.맞추다 4.부설하다

❼项链 xiàngliàn 목걸이

❽快递 Kuàidì 1.속달 2.택배

❾拍下 pāi xià 구입하다(인터넷 용어)

❿并用 bìngyòng 동시에 사용하다

⓫支付 zhīfù 1.지불하다 2.지급하다

⓬支付宝 zhīfù bǎo 알리페이

⓭付款 fùkuǎn 돈을 지불하다[지급하다]

⓮查收 cháshōu 1. 살펴보고 받다 2.조사하여 받다

⓯Chú tiệm 主店 주인

⓰bông tai 菡聰 이어링

⓱kim cương 金剛 다이아몬드

⓲trái tim 腺心 심장

⓳khéo 巧 능숙한

⓴bằng bạc 朋鉑 은

㉑chuyền 轉 목걸이

㉒đồng bộ 同部 같은 종류

㉓kiểm nhận 檢認 배서하다, 확인하다

中國	韓國	越南
这个字怎么念? Zhège zì zěnme niàn 쩌거 쯔 쩐머 니앤	이 글자 어떻게 발음해?	Chữ náy đọc thế nào 字 尼 讀 勢 帋 쯔 나이 돕 테에 나오
跟我读三遍 Gēn wǒ dú sān biàn 껀 워어 뚜우 싼 삐앤	나를 따라 세 번 읽어요	Theo tôi đọc ba lần 蹺 碎讀 吧 吝 테오 또이 돕 바 런
这个句子是什么意思? Zhège jùzi shì shénme yìsi 쩌거 쥐즈 셔 셔언머 이이스	이 구절은 무슨 뜻이지	Câu này nghĩa là gì 句 尼 義 羅之 꺼우 나이 응이어 라 지
请给我翻译一下 Qǐng gěi wǒ fānyì yīxià 치잉 게이워어 판이 이이샤	해석 좀 해 주세요	Vui lòng phiên dịch giúp tôi 恄 悤 飜 譯 劫 碎 부이 롤 피언 직 쥽 또이
请您再说一遍 Qǐng nín zàishuō yībiàn 치잉 니인 짜이슈어 이 삐앤	다시 한번 말씀해주세요	Vui lòng nói lại lần nữa 恄 悤 吶 吏 啻 女 부이 롱 노이 라이 런 느어
请说慢点儿 Qǐng shuō màn diǎnr 치잉 슈어 만 디알	천천히 말씀 해 주세요	Vui lòng nói chậm lại 恄 悤 吶 蹔 吏 부이 롱 노이 쩜 라이
听懂了吗 Tīng dǒngle ma 티잉 뚱러 마	알아들었나요	Bạn có hiểu không 伴 固 曉 空 반 꼬 히에우 콩

❶慢点儿 màn diǎnr 천천히

❷听懂 tīng dǒng 1.알아듣다 2.들어서 알다

❸nghĩa 義 1.의미 2.뜻 3.가치

❹phiên dịch 飜譯 1. 해석하다 2. 설명하다

❺chậm 蹔 느린

❻hiểu 曉 이해하다, 알다

中國	韓國	越南
这边是借书区, 那边是阅读区 Zhè biān shì jiè shū qū, nà biān shì yuèdú qū 쩌어비앤셔 지에슈취, 나비앤셔 위에뚜우취	이 쪽이 책 빌리는 곳, 저 쪽이 열람하는 곳	Bên này là khu cho mượn sách, bên kia là khu đọc sách 边尼羅區朱噯册, 边箕羅區讀册 벤나이라 쿠 쪼 무언 싸익, 벤끼어라 쿠 돕 싸익
阅读区除了一些经典书籍, 还有杂志报刊 Yuèdú qū chúle yīxiē jīngdiǎn shūjí, hái yǒu zázhì bàokān 위에뚜취 출러 이시에 징디앤 슈우지, 하이 여우 짜아쯔 빠오 칸	열람실을 제외하면 전부 고전서적이며, 또한 잡지 신문더 있어요	Khu đọc sách ngoài những loại sách kinh điển, còn có sách báo tạp chí 區讀册外仍類册經典, 群固册報雜誌 쿠돕싸익 응오아이 녕 로아이 싸익 낀디엔, 꼰꼬 싸익 빠오 땁찌
最多能借几本书? Zuìduō néng jiè jǐ běn shū 쮀이 뚜어 너엉 지에 지이 번 슈	최대 몇권까지 빌릴 수 있나요	Nhiều nhất có thể mượn bao nhiêu cuốn sách 憿一 固體 噯 包憿 卷册 니유녓 꼬테에 므언 바오니유 뀐 싸익
一本书能借多长时间? Yī běn shū néng jiè duō cháng shíjiān 이이번 슈 너엉지에 뚜어 차앙 셔어지앤	책 한권을 얼마나 오래동안 빌릴 수 있나요	Mỗi cuốn sách được mượn bao lâu 每 卷册 特 噯 包數 모이 뀐싸익 드억 므언 바오러우
只能借一个月 Zhǐ néng jiè yīge yuè 즈너엉지에 이이거 위에	딱 한 달입니다	Chỉ cho mượn 1 tháng 只 朱 噯 爻腦 찌 쪼 므언 못 타앙
到期了可以续借吗? Dào qí le kěyǐ xù jiè ma 따오칠러 커어이이 쉬지에마	기간이 다되어도 이어 빌릴 수 있나요?	Tới hạn rồi có thể mượn tiếp được khong 細限 末 固體 噯 接 特 空 떠이한 조이꼬테에 므언 띠업 드억 콩
弄丢了怎么办 NêNòng diūle zěnme bàn 눙 띠울러 쩐머 빤	분실하면 어떻게 하죠?	Nếu làm mất thì phải thế nào 叮 吅 诛 㖃沛 勢㐌 네우 람 멋 티 파이 테에 나오

| 外借書籍遺失要按書本原價的3倍賠償

Wài jiè shūjí yíshī yào àn shūběn yuánjià de 3 bèi péicháng

와이지에슈지 이이셔 야오 안 슈번위앤지아더 싼 뻬이 패이차앙 | 대출서적 분실시 책원가의 3배를 배상해야합니다 | Nếu bạn làm mất sách cho mượn ,phải đền bù gấp 3 lần tiền sách ban đầu

叮伴 ㄇ诛 册 朱嘎,沛 填賠 及吧㖇 錢 册 班頭

네우 반 람멋 싸익 쪼 므언, 파이 뗀부 겁 바 런 띠언 싸익 반 더우 |

❶弄丢 nòng diū 1.분실하다 2.잃어버리다
❷外借 wài jiè 1.외부 대출하다 2.외부에서 빌려오다
❸遺失 yíshī 유실하다. 분실하다. 잃다
❹按 àn …에 따라서. …에 의해서. …에 비추어. …대로.
❺mượn 嘎 빌리다
❻kinh điển 經典 클래식, 고전
❼cuốn sách 卷册 책
❽tới hạn 細限 한계, 임계
❾làm mất ㄇ诛 분실하다
❿đền bù 填賠 배상하다
⓫ban đầu 班頭 당초의, 처음의

38 교육훈련실

中國	韓國	越南
汉语初级培训班有多少个学时? Hànyǔ chūjí péixùn bān yǒu duōshǎo gè xuéshí 한위이 추우지이 페이쉰반 여우 뚜어샤어거 쉬에셔	중국어 초급 연습반은 몇 시간 공부합니까	Lớp vở lòng tiếng Trung học trong bao nhiêu giờ 𤳸𦠘弄 喈中 學 𥪞 包𡗉 𣇞 럽버롱 띠엉쭝 홉 쫑바오니유 저
学费是多少? Xuéfèi shì duōshǎo 쉬에페이셔 뚜어샤오	학비는 얼마죠	Học phí bao nhiêu 學 費 包 𡗉 홉 피이 바오 니유
什么时候开学? Shénme shíhòu kāixué 셔언머 셔허우 카이 쉬에	언제 개학하나요	Khi nào khai giảng 欺 芇 開 講 키 나오 카이 지앙
学完3个月能到什么水平? Xué wán 3 gè yuè néng dào shénme shuǐpíng 쉬에완 싼거위에 너엉 따오 셔언머 쉐이 피잉	3개월학습 마치면 어떤 수준이 되나요	Sau ba tháng học tập có thành quả thế nào 𡢐 𠀧 𣎃 學習 固 成果 勢芇 싸우 바타앙 홉떱 꼬 타잉꽈 테에나오
你以前学过汉语吗? Nǐ yǐqián xuéguò hànyǔ ma 니이 이이치앤쉬에꾸어하안위이마	이전에 중국어 공부한 적 있나요?	Bạn đã từng học tiếng Trung trước đó chưa 伴 㐌層 學 喈中 𧗱妬 渚 반 다뜽 홉 띠엉쭝 쯔억 도 쯔어
我会说一点儿汉语 Wǒ huì shuō yìdiǎnr hànyǔ 워어 훼이슈어 이디알 하안위이	나는 중국어를 조금 합니다	Tôi có thể nói một chút tiếng Trung 碎 固體 吶 𠬠怞 喈中 또이 꼬테에 노이 못쭛 띠엉쭝
我的汉语不好 Wǒ de hànyǔ bù hǎo 워어더 하안위이 뿌우 하오	나는 중국어 잘 못해요	Tiếng Trung của tôi không giỏi 喈 中 貼 碎 空 磊 띠엉쭝 꾸어 또이 콩 죠이
有汉语水平考试考前强化班吗? Yǒu hànyǔ shuǐpíng kǎoshì kǎo qián qiánghuà bān ma 여우 하안위 쉐이피잉 카오셔 카오 치앤 치앙화아 빤 마	중국어 수평고시 시험전 시험대비 강화반이 있나요	Có lớp luyện thi HSK không 固 𤳸練 試HSK 空 꼬 럽 루웬 티 HSK 空

❶培训 péixùn (기술자·전문 간부 등을) 훈련·양성하다
❷lớp vở lòng 𤳸𦠘弄 연습반
❸Học phí 學費 학비
❹khai giảng 開講 개강

❺học tập 學習 학습

❻thành quả 成果 성과

❼trước đó 翹妬 이전에

❽lớp luyện 粒練 훈련반

❾thi HSK 試HSK HSK시험

中國	韓國	越南
保证能过6级吗? Bǎozhèng néngguò 6 jí ma 빠오쩌엉 너엉꾸어 리우 지이 마	6급합격 보장하나요?	Có thể đảm bảo là sẽ đậu cấp sáu HSK không 固體 擔保 羅 吔 杜 級 柴HSK 空 꼬테에 담빠오 라 쩨 더우 껍 싸우 HSK 콩
如果考不过怎么办? Rúguǒ kǎo bùguò zěnme bàn 루우궈 카오부꾸어 쩌머 빤	만일 시험에 떨어지면 어떻게 하죠?	Nếu không đậu thì như thế nào 呵 空 杜 試 如 勢 苧 네우 콩 더우 티 녀 테아 나오
考不过免费参加一期的培训 Kǎo bùguò miǎnfèi cānjiā yī qí de péixùn 카오부꾸어 미앤페이 찬지아 이이 치더 페이쉰	시험에 떨어지면 무료로 1기 더 연습에 참가할 수 있어요	Nếu không đậu sẽ được tham gia lớp đào tạo vào học kì kế tiếp 呵 空 杜 吔 特 參加 粒陶造 彻 學期 継接 네우 콩 더우 쩨 드억 탐쟈 럽 다오따오 봐오 홉끼 께띠업
汉语水平考试推出了改进版 Hànyǔ shuǐpíng kǎoshì tuīchūle gǎijìn bǎn 하안위이 쉐이핑 카오셔 뛔이추울러 까이지인 빤	한어수평고시가 개정판을 내었어요	Kì thi HSK đã được nâng cấp 期 試 HSK 彲 特 摧 級 끼 티 HSK 다 드억 넝 껍
我们培训中心也很及时地对培训内容进行了调整 Wǒmen péixùn zhōngxīn yě hěn jíshí dì duì péixùn nèiróng jìnxíngle tiáozhěng 워먼 페이쉰 쭝신 이예 허언 지셔 디 뛔이 페이쉰 네이롱 진싱러 탸오쩌엉	우리 교육훈련센터도 즉시 교육내용을 조정했습니다	Trung tâm đào tạo của chúng tôi đã kịp thời điều chỉnh nội dung đào tạo cho phù hợp 中心 陶造 貼眾碎 饴 及時 調整 內容 陶造 朱 符合 쭝떰 다오따오 꾸어 쭈웅 또이 다 껍터이 디유 찌잉 노이 중 다오따오 쪼 푸헙

❶如果 rúguǒ 만일. 만약

❷怎么办 zěnme bàn 1.어떻게 하나 2.어쩌지 3.《무엇을 할 것인가?》

❸推出 tuīchū 1.내놓다 2.등용하다 3.상영하다 4.공연하다

❹及时 jíshí 1.제때에 2.시기적절하다 3.즉시

❺đảm bảo 擔保 보증하다

84

❻đậu 杜 합격하다

❼lớp đào tạo 垃陶造 교육훈련반

❽học kì 學期 학기

❾kế tiếp 継接 계승하다, 계속하다

❿Kì thi 期試 시험, 테스트

⓫nâng cấp 推级 1. 승격시키다 2. 향상시키다

⓬kịp thời 及時 1. 적시인 2. 시간에 늦지 않게 닿다. 3. 바로 그때에

⓭điều chỉnh 調整 조정하다

⓮phù hợp 符合 부합하다. 부합시키다. 일치하다

中國	韓國	越南
我们培训中心是全国最大的对外汉语培训中心 Wǒmen péixùn zhōngxīn shì quánguó zuìdà de duìwài hànyǔ péixùn zhōngxīn 워먼 페이쉰 쫑신 셔 치앤궈어 쮀이따 더 뛔이와이 하안위 페이쉰 쫑신	우리 교육센터는 전국 최대의 대외 중국어 교육 센터입니다	Trung tâm của chúng tôi là lớn nhất Trung Quốc trong việc đào tạo Hán Ngữ 中心 貼眾碎 羅 籟一 中國 融役 陶造 漢語 쭝떰 꾸어쭝우또이 라 러언 녓 쭝꿕 쫑 비억 다오따오 하안응어
师资力量也是全北京最强大的 Shīzī lìliàng yěshì quán běijīng zuì qiáng dà de 셔쯔 리이량 이예셔 치앤 뻬이징 쮀이치앙따아더	교사능력또한 전 북경에서 가장 강대합니다	Giáo viên của chúng tôi cũng là tốt nhất cả nước 教員 貼眾碎 拱 羅 辭一 奇諾 쟈오비언 꾸어쭈웅또이 꾸웅 라 돗녓 까 느억
我报名 Wǒ bàomíng 워어 빠오 미잉	나는 등록하겠습니다	Tôi đăng kí 碎 登 記 또이 당 끼이

❶师资 shīzī 教师资格 교사자격

❷报名 bàomíng 신청하다. 지원하다. 이름을 올리다. 등록하다

❸lớn nhất 籟一 가장 큰

❹trong việc 融役 ~의 일, ~의 사업

❺giáo viên 教員 교원

❻cả nước 奇諾 전국

❼đăng kí 登記 등록, 신청

中國	韓國	越南
请问这个座位有人吗? Qǐngwèn zhège zuòwèi yǒurén ma 치잉원 쩌어거 쭈오웨이 여우런마	이 자리, 사람있나요	Cho hỏi chỗ này có người ngồi không 朱唏 坬尼 固 得𠊚 空 쪼호이 쪼나이 꼬응어이응오이 콩
这些书是你的吗? Zhèxiē shū shì nǐ de ma 쩌어시에 쓔우 셔 니더 마	이 책들은 당신 것인가요	Những cuốn sách này của bạn phải không 仍 卷册 尼 貼 伴 沛 空 녕 꾸언싸익나이 꾸어반 파이 콩
能把这些书挪过去一点儿吗? Néng bǎ zhèxiē shū nuó guò qù yīdiǎnr ma 너엉 바아 쩌어시에 슈유 누어꾸 어취 이디알 마	이 책들을 조금 옮겨주실 래요?	Bạn có thể dời những quyển sách này qua một chút không 伴固體 踒 仍卷册尼 過 爻惗 空 반 꼬테 저이 녕꾸웬싸익나이 꽈 못쫏 콩
不好意思, 这个座位有人了 Bù hǎoyìsi, zhège zuòwèi yǒurénle 뿌우하오이이스, 쩌거 쭈오웨이 여우 러언러	미안합니다, 이 자리는 사람이 있습니다	Xin lỗi, chỗ này có người ngồi rồi 吀纇, 坬尼 固 得𠊚 耒 씬로이, 쪼나이 꼬 응어이응오이
请不要在自习室大声喧哗 Qǐng búyào zài zìxí shì dàshēng xuānhuá 치잉 부야오 짜이 쯔시이셔 따셔엉 쉬앤후아	자습실에서 큰 소리 내시 면 안됩니다	Vui lòng không lớn tiếng trong phòng tự học 愉悆 空 𡘯 㗂 𥢅 房 自學 부이롱, 콩 띠엉 런 쫑퐁 뜨홉
你说话小声点儿好吗? Nǐ shuōhuà xiǎoshēng diǎnr hǎo ma 니이 슈어화 샤오성 디알 하오마	좀 작은 목소리로 이야기 해요	Bạn nói chuyện nhỏ lại được không 伴 吶嘫 𡮠吏 特 空 반 노이쭈웬 뇨오라이 드억 콩

❶座位 zuòwèi 1.자리 2.좌석

❷挪过 nuó guò 옮기다

❸喧哗 xuānhuá 1.떠들썩하다 2.시끌시끌하다 3.떠들다 4.떠들어 대다

❹ngồi 𡎢 앉다

❺dời 踒 옮기다

❻tự học 自學 자습

❼nói chuyện 吶嘫 이야기 하다

40 대학생활

中國	韓國	越南
你是哪个系的? Nǐ shì nǎge xì de 니이 셔 나아거 시이 더	넌 무슨 과니?	Bạn thuộc khoa nào 伴 屬 課 节 반 투옥 콰 나오
我是对外汉语专业的 Wǒ shì duìwài hànyǔ zhuānyè de 워어셔 뛔이와이 하안위이 쭈안위에 더	나는 외국어로서의 중국어 전공이야	Tôi học chuyên khoa tiếng Trung hệ ngoại ngữ 碎 學 專果 喈中 系外語 또이 홉 쭈웬콰 띠엉쭝 헤 응오아이응어
你觉得汉语难学吗? Nǐ juédé hànyǔ nán xué ma 니 쥐에더 하안위이 나안 쉬에마	중국어 배우기 어려운 것 같애?	Bạn thấy tiếng Trung khó học không 伴 賃 喈中 苦 學 空 반 터이 띠엉쭝 코오 홉 콩
还行, 不太难 Hái xíng, bú tài nán 하이 시잉, 부우 타이 나안	아니, 전혀 어렵지 않아	Cũng được, không khó lắm 拱 特, 空 苦 夥 꾸웅 드억, 콩 코 람
我们的老师讲课很有意思 Wǒmen de lǎoshī jiǎngkè hěn yǒuyìsi 워먼더 라오셔 지앙커 허언 여유이이스	선생님이 강의를 매우 재미있게 합니다	Giáo viên của chúng tôi giảng bài hay lắm 教員 貼眾碎 講排 咍 夥 쟈오비언 꾸어 쭈웅또이 지앙 바이 하이 람
你喜欢你的专业吗? Nǐ xǐhuān nǐ de zhuānyè ma 니이 시환 니더 쭈안이에 마	너는 너의 전공이 좋으니	Bạn có thích chuyên khoa của bạn không 伴 固 適 傳課 貼 伴 空 반 꼬 팃 쭈웬콰 꾸어 반 콩
你毕业后打算做什么 Nǐ bìyè hòu dǎsuàn zuò shénme 니 삐이이에 허우 따아쑤안 쭈오 셔언머	넌 졸업후에 뭘 할 생각이니?	Sau khi tốt nghiệp bạn định làm gì 㸔 欺 卒業 伴 定 爫 之 싸우키 뜻 응이업 반 정 람 지
我想在中国找工作 Wǒ xiǎng zài zhōngguó zhǎo gōngzuò 워어시앙짜이 쭝구어 짜오 꿍쭈오	난 중국에서 일을 찾으려고 해	Tôi muốn tìm một công việc tại Trung Quốc 碎 憫 尋 乂 功役 在 中國 또이 무언 팀 못 꽁비억 따이 쭝쿽
你经常上网玩游戏吗? Nǐ jīngcháng shàngwǎng wán yóuxì ma 니이 지잉차앙 샤앙와앙 완 여우시이 마	너는 자주 인터넷 게임을 하고 노니?	Bạn thường lên trang mạng nào chơi trò chơi 伴 常 蓮 裝紩 节 迦 略 迦 반 트엉 렌짱망나오 쩌이 로쩌이

❶还行 hái xíng 그런대로 괜찮아

❷讲课 jiǎngkè 강의하다

❸专业 zhuānyè 1. 전공 2.학과 3.전문적인 업무 4.프로 정신

❹上网 shàngwǎng 인터넷에 접속하다

❺游戏 yóuxì 1.유희 2.레크리에이션 3.놀다 4.장난치다

❻thuộc 屬 ~에 속하다

❼hệ 系 계통

❽ngoại ngữ 外語 외국어

❾khó 苦 어려운

❿giảng bài 講排 강의하다

⓫tốt nghiệp 卒業 졸업

⓬định 定 1. 결정하다 2. 지정된

⓭trang mạng 裝綻 웹페이지

⓮trò chơi 略遄 1. 시합 2. 놀이 3. 대회

中國	韓國	越南
该起床了! Gāi qǐchuángle 까이 치이 추앙러	일어날 시간이다	Đến lúc thức dậy rồi 趂 昤 識 越 耒 데엔 룹 특 저이 조이
别睡了 Bié shuìle 비에 쉐일러	자지마라	Đừng ngủ nữa 停 眜 女 등 응우 느어
早睡早起身体好 Zǎo shuì zǎoqǐ shēntǐ hǎo 짜오쉐이 짜오치이 션티이 하오	일찍자고 일어나는 것이 몸에 좋다	Ngủ sớm dậy sớm tốt cho sức khỏe 眜 歲 越 歲 辞 朱 飭 劼 응우 써엄 저이써엄 똣 쪼 슥쾌
早上空气多好 Zǎoshang kōngqì duō hǎo 짜오샹 쿵치 뚜어 하오	이른 아침 공기가 매우 좋다	Không khí buổi sáng thật tốt 空 氣 唄 燗 實 辞 콩 키 부오이 상 텃 똣
我们去跑步吧 Wǒmen qù pǎobù ba 워어먼 취 파오 뿌우 바	조깅하러 가자	Chúng ta đi chạy bộ nào 眾 䋒 趂 趚 步 市 쭈옹 타 디 짜이 보 나오
你天天早起锻炼吗? Nǐ tiāntiān zǎoqǐ duànliàn ma 니이티앤티앤 짜오치이뚜안리앤마	너는 매일아침 운동하니	Ngày nào bạn cũng dậy sớm luyện tập hả 哰 市 伴 拱 越 歲 練 習 hả 응아이나오 반 꾸웅 저이써엄 루웬떱 하
我都坚持了两年了 Wǒ dōu jiānchíle liǎng niánle 워어 떠우 지앤철러 량 니앤러	이년간 견지 하고 있어요	Tôi đã kiên trì được hai năm rồi 碎 㐌 堅 持 特 䐜 辞 耒 또이 다 끼엔찌 드억 하이남 조이
风雨无阻 Fēngyǔ wúzǔ 펑위이 우우쭈우	바람 부나 비가오나	Mưa gió cũng không ngăn cản được 霜 蓋 拱 空 垠艮 特 므어 조 꾸웅 응안까안 드억
以后我每天跟你一起练 Yǐhòu wǒ měitiān gēn nǐ yīqǐ liàn 이이허우 워어 메이티앤 껀니 이 치이 리앤	앞으로 매일 너와 같이 운동하겠어	Sau này ngày nào tôi cũng luyện tập chung với bạn 𣢁 尼 哰市 碎 拱 練 習 鐘 唄 伴 싸우나이 응아이나오 또이 꾸웅 루웬떱 쫑 버이 반
出了一身汗, 我去洗个澡 Chūle yīshēn hàn, wǒ qù xǐ gè zǎo 추울러 이션한, 워어 취 시이꺼어 짜오	땀이 나니까 씻으러 가야 겠다	Đổ mồ hôi khắp người, tôi đi tắm đây 覩 沫 咳 插 𠊚, 碎 㾞 沁 低 도모호이 캅응어이,또이디땀더이

❶该 gāi [該] 갖출 해 1.…해야 한다 2.…의 차례다 3.당연하다 4.아마 …겠다

❷跑步 pǎobù 1.달리기 2.구보를 하다 3.구보

❸锻炼 duànliàn 1.쇠를 불리다 2.단련하다

❹坚持 jiānchí 1.견지하다 2.끝까지 버티다 3.고수하다 4.지속하다

❺无阻 wúzǔ 1.지장이 없다 2.가로막지 못하다

❻练 liàn [練] 연습하다

❼洗澡 xǐzǎo 1.목욕하다 2.몸을 씻다 3.자발적으로 결점을 찾아내 고치다

❽thức dậy 識趣 잠 깨다, 일어나다

❾chạy bộ 趨步 조깅

❿luyện tập 練習 1. 연습하다 2. 단련하다

⓫kiên trì 堅持 1. 견지하는 2. 견고한

⓬mưa gió 霜盞 비바람

⓭ngăn cản 垠艮 저지하다

⓮chung 鈡 함께

⓯đổ mồ hôi 覩洩咴 땀 흘리다

⓰khắp người 插馭 전신에, 혼신

⓱đi tắm 挨沁 1. 목욕하러 가다 2. 목욕하다

90

43강 피트니스 센터

中國	韓國	越南
你常来健身吗? Nǐ cháng lái jiànshēn ma 니이 차앙라이 지앤셔언 마	휘트니스 센터 자주 오나요?	Bạn thường tới tập thể dục không 伴 常 細 習体育 空 반 트엉 떠이 떱테죽 콩
你多长时间锻炼一次? Nǐ duō cháng shíjiān duànliàn yícì 니뚜어차앙셔어지앤 뚜안리앤 이 이츠	한번에 얼마나 운동해요?	Bao lâu bạn tới tập một lần 包 数 伴 細 習 爻 吝 바오러우 반 떠이 떱 못 런
我最近工作很忙 Wǒ zuìjìn gōngzuò hěn máng 워어 쮀이진 꿍쭈오 흐언 마앙	최근에 일이 바빴어요	Gần đây công việc của tôi rất bận rộn 近低 功役 貼 碎 慄 紛遁 건더이 꽁비억 꾸어 또이 젓 번존
几乎没有时间锻炼 Jīhū méiyǒu shíjiān duànliàn 지후 메이여우 셔어지앤 뚜안리앤	운동할 시간이 거의 없어	Gần như không có thời gian tập luyện 斯如 空 固 時間 習鍊 건녀 꽁꼬 터이쟌 떱루웬
我经常加班 Wǒ jīngcháng jiābān 워어 지잉차앙 지아빤	종종 야근입니다	Tôi thường tăng ca làm việc 碎 常 增 軋 爫 役 또이 트엉 땅까 람 비억
再忙也要找时间健身啊! Zài máng yě yào zhǎo shíjiān jiànshēn a 짜이 마앙 이예 야오 짜오 셔어지 앤 지앤션 아	바쁠수록 더 운동할 시간 을 내야해요	Bạn rộn cũng phải giành thời gian tập thể dục chứ 伴 遁 拱沛 挣 時間 習體育 chứ 반존 꾸옹 파이 쟈잉 터이쟌 떱태죽 쯔
我这个月又胖了好几斤 Wǒ zhègeyuè yòu pàngle hǎo jǐ jīn 워어 쩌거위애 여우 파앙러 하오 지이 찐	이번 달에 또 몇키로 살 이 쪘어요	Tháng này tôi lại mập lên vài kí 脮 尼 碎 吏 乏 蓬 吧 kí 타앙 나이 또이라이 멉렌 봐이끼
什么减肥方法最有效? Shénme jiǎnféi fāngfǎ zuì yǒuxiào 셔언머 지앤페이 팡파아 쮀이 여 우샤오	어떤 감량법이 가장 효과 가 있나요?	Phương pháp giảm cân nào hiệu quả nhất 方法 减斤 市 效果 一 프엉팝 잠껀 나오 히에우꽈 녓
每个人的情况不一样 Měi gèrén de qíngkuàng bù yíyàng 메이꺼어러언더 치잉쾅 뿌우 이양	사람마다 상황이 다르죠	Tình trạng của mỗi người đều không giống nhau 情狀 貼 每㑤 調空 紛饒 띵짱 꾸어 모이 응어이 데우 콩 종냐우

❶健身 jiànshēn 몸을 튼튼히하다

❷几乎 Jīhū 1.거의 2.하마터면

❸胖 pàng 1.뚱뚱하다 2.살지다

❹减肥 jiǎnféi 1.체중을 줄이다 2.살을 빼다 3.축소하다 4.감축하다

❺tập thể dục 習体育 운동하다

❻bận rộn 紛遁 매우 바쁘다

❼tăng ca 增軋 잔업

❽giành 挣 쟁취하다. 다투다

❾mập lên 乏蓮 살찌다

❿vài 匹 몇, 서넛

⓫giảm cân 减斤 살빼기, 다이어트

⓬tình trạng 情狀 1.상태 2.상황 3.환경

⓭đều 調 골고루, 균등히

⓮giống nhau 瓢饒 서로같은

中國	韓國	越南
最重要的是坚持锻炼 Zuì zhòngyào de shì jiānchí duànliàn 쮀이 쫑야오더셔 지앤츠 뚜안리앤	가장 중요한 건 계속 단련하는 겁니다	Điều quan trọng nhất là phải kiên trì luyện tập 調 關重一 羅 沛 堅持 練習 디유 꽌쫑녓라 파이끼엔찌 루 웬떱
你可以请个私人健身教练 Nǐ kěyǐ qǐng gè sīrén jiànshēn jiào liàn 니 커이 치잉꺼 쓰러언 지앤션 자 오리앤	개인 훈련을 신청할 수 있습니다	Bạn có thể mướn một giáo viên dạy thể dục riêng 伴 固體 嘜 乄 教員 教體育 穚 반 꼬테에 므언 못 쟈오비언 자이 테 줍 지엉
那样可以有针对性地达到健身效果 Nàyàng kěyǐ yǒu zhēnduì xìng dì dádào jiànshēn xiàoguǒ 나양 커어이이 여우 쩐뛔이싱 더 따아따오 지앤션 샤오꾸어	그렇게 하면 목표하는 운 동 목표를 달성할 수 있죠	Như vậy có thể nhắm vào mục đích để luyện tập đạt hiệu quả cao 如丕 固體 种㐌 目的 底 練習 達 效果一 녀버이 꼬테 냠봐오 뭅띡 데 루웬떱 히어우꽈 녓

❶针对性 zhēnduì xìng 1.타깃성 2.겨냥성 3.목표성 4.지향성

❷达到 dádào 1.달성하다 2.도달하다

❸quan trọng 關重 중요한

❹mướn 嘜 고용하다

❺dạy 教 가르치다

❻riêng 穚 1. 자신의 2. 개인의 3. 사적인

❼nhắm vào 种㐌 조준하다

中國	韓國	越南
比赛开始了 Bǐsài kāishǐle 비싸이 카이 셜러	시합이 개시되었습니다	Trận đấu bắt đầu rồi 陣 鬪 扒 頭 耒 쩐 더우 밧 더우 조이
准备好了吗? Zhǔnbèi hǎole ma 쭌뻬이 하올러마	준비 잘 했나요	Bạn đã sẵn sàng chưa? 伴 㐌 産 床 楮 반 다아 산 상 쯔어
该你上场了 Gāi nǐ shàngchǎngle 까이니이 샤앙차앙러	너 나갈 차례야	Tới bạn lên sân đấu rồi 細 伴 蓮 㻳 鬪 耒 떠이 반 렌 썬 더우 조이
我做做准备活动 Wǒ zuò zuò zhǔnbèi huódòng 워어 쭈오쭈오 쭌뻬이 후어똥	준비운동하고 있다	Tôi làm khởi động trước 碎 㑶 起 動 𤍌 또이 람 커이 동 쯔억
相信我 Xiāngxìn wǒ 시앙신 워어	날 믿어	Tin tưởng tôi 信 想 碎 띤 뜨엉 또이
你一定行的! Nǐ yídìng xíng de 니 이이띵 시잉 더	넌 할 수 있어	Bạn nhất định làm được 伴 一 定 㑶 特 반 녓 딩 람 드억
你打得真好! Nǐ dǎ dé zhēn hǎo 니이 따더 쩌언 하오	정말 플레이 좋았어	Bạn đánh thật là tốt 伴 打 實 羅 䕭 반 다잉 텃 라 똣
今晚有球塞 Jīnwǎn yǒu qiú sāi 찐완 여우 치우 싸이	오늘 밤 축구경기있어	Tối nay có trận đấu đá bóng 最 尼 固 陣 鬪 矽 膭 떠이 나이 꼬 쩐 더우 다 봉
我喜欢看世界杯 Wǒ xǐhuān kàn shìjièbēi 워어 시환 카안 쓰어지에 뻬이	난 월드컵 보는 걸 좋아해	Tôi thích xem cúp Thế giới 碎 適 貼 及 世 界 또이 팃 샘 꿉 테에 저이
你希望谁赢 Nǐ xīwàng shéi yíng 니이 시와앙 쉐이 이잉	넌 누가 이기길 희망해?	Bạn hi vọng ai thắng 伴 希 望 埃 勝 반 히 봉 아이 탕
加油! Jiāyóu 쟈 여우	힘내라	Cố lên 故 蓮 꼬오 렌
好球! Hǎo qiú 하오 치어우	잘 쳤어	Cú đá thật đẹp 句 㐌 實 慄 꾸우 다 텃 댑

❶比赛 bǐsài 시합, 경기

❷上场 shàngchǎng 1.등장하다 2.입장하다 3.출장하다 4.손아귀에 넣다

❸打得好 dǎdehǎo (야구, 배드민턴 등을) 잘 치다.

❹trận đấu 陣鬪 1. 경기 2. 시합 3. 전투

❺sẵn sàng 産床 1.준비된. 2.만전의 준비를 하다

❻sân đấu 㻳鬪 경기장

94

❼khởi động 起動 시동하다

❽tin tưởng 信想 1.믿다 2.신뢰하다.

❾nhất định 一定 1.결정하다. 2.일정한. 3.반드시

❿đánh 打 1. 때리다 2. 두드리다

⓫cúp 及 컵

⓬thế giới 世界 세계

⓭Cú 句 때리다

中國	韓國	越南
好累! Hǎo lèi 하오 레이	아, 피곤해	Mệt quá 癈 過 멧 꽈아
我全身都是汗 Wǒ quánshēn dōu shì hàn 워어 치앤션 떠우 셔 한	온 몸이 땀투성이네	Toàn thân tôi đều là mồ hôi 全 身 碎 調 羅 泧 咴 또안 턴 또이 라 모 호이
你等等我 Nǐ děng děng wǒ 니이 덩덩 워어	너 좀 기다려	Bạn chờ tôi một chút 伴 徐 碎 爻 怵 반 쩌 또이 못 쭛
我们休息一会儿吧 Wǒmen xiūxí yíhuìr ba 워어먼 시우시 이후얼 바	우리 좀 쉬자	Chúng ta nghỉ ngơi một lát nhé 眾 艬 儀 疑 爻 落 nhé 쭈웅 타 응이 응어이 못 랏 내애
我有点儿爬不动了 Wǒ yǒudiǎnr pá budòngle 워어 여우디알 파부뚱 러	난 더 이상 못 올라가	Tôi không thể leo tiếp nữa rồi 碎 空 體 撩 接 女 耒 또이 콩테에 레오 띠업 느어 조이
都是因为你平时不运动 Dōu shì yīnwèi nǐ píngshí bù yùndòng 떠우 셔 인웨이 니 피잉셔 뿌 윈뚱	이게 모두 너는 평소 운동을 하지 않아서 그래	Cũng tại vì thường ngày bạn không tập thể dục 拱 在 爲 常 晛 伴 空 習 體 育 꾸웅 따이뷔 트엉 응아이 반 콩 떱테쥭
山顶风景真好啊 Shāndǐng fēngjǐng zhēn hǎo a 싼띵 펑징징 쩐 하오아	산정 풍경이 정말 좋다	Phong cảnh trên đỉnh núi thật đẹp 風 景 蓮 頂 峀 實 懘 퐁카잉 쩬 딩 누이 텃 댑
时候不早了, 我们该下山了 Shíhòu bù zǎole, wǒmen gāi xiàshānle 셔허우 뿌우 짜올러, 워먼 까이 샤 샨러	시간이 늦었네, 우리 하산하자	Thời gian không còn sớm nữa, chúng ta nên xuống núi 時間 空群 爻女, 眾艬姉还峀 터이쟌 콩꼰써엄느어,쭈웅따 넨쑤엉누이
我的脚扭了 Wǒ de jiǎo niǔle 워더 지아오 니울러	발을 삐었어	Tôi bị trật chân rồi 碎 被 秩 蹎 耒 또이 비 쩟 쩐 조이
怎么这么不小心 Zěnme zhème bù xiǎoxīn 쩐머 쩌어머 뿌 샤오신	왜 그리도 조심성 없니	Sao lại bất cẩn thế này 牢 吏 不 謹 勢 尼 싸오 라이 벗 껀 테에 나이

| 我们坐缆车下去吧

Wǒmen zuò lǎnchē xiàqù ba

워먼 쭈오 란처어 시아 취 바 | 케이블카 타고 내려가자 | Chúng ta ngồi xe cáp đi xuống thôi
眾些 蚼 車cáp 扬 迕 催
쭈옹따 응오이 쌔껍 디 쑤엉 토이 |

❶累 lèi 누 끼칠 루 1.지치다 2.피로하게 하다 3.열심히 일하다 4.고되다

❷爬 긁을 파 1.기다 2.기어오르다 3.뻗다

❸扭niǔ 비빌 뉴 1.돌리다 2.비틀다 3.삐다 4.몸을 좌우로 흔들며 걷다

❹缆车 lǎnchē 케이블 카

❺mồ hôi 洓咴 땀, 땀 흘림, 발한

❻nghỉ ngơi 儀疑 1. 쉬다 2. 휴식하다

❼leo 撩 1. 기어오르다 2. 애를 써서 오르다

❽tại vì 在爲 왜냐하면. …이기 때문에

❾thường ngày 常鼎 매일

❿phong cảnh 風景 풍경

⓫đỉnh núi 頂岗 산정

⓬bị 被 불유쾌하거나 재난의 일을 겪다

⓭trật chân 秩蹎 발을 삐다

⓮sao lại 어째서

⓯bất cẩn 不謹 부주의한. 조심하지 않는. 태만한

⓰xe cáp 車cáp 케이블 카

97

中國	韓國	越南
你脸色不太好 Nǐ liǎnsè bútàihǎo 니이 리앤써 부 타이 히오	안색이 나쁘네	Vẻ mặt của bạn không được tốt lắm 𡧲𩈣贴伴空特辭夥 배맛 꾸어 반 콩 드억 똣 람
是不是生病了? Shì bùshì shēngbìngle 셔부셔 셩삐잉러	어디 아픈거 아냐?	Có phải bị bệnh không 固沛被病空 꼬 파이 비 베잉 콩
我头疼得厉害 Wǒ tóuténg dé lìhài 워어 터우터엉더 리이하이	머리가 너무 아파	Đầu tôi đau dữ dội lắm 頭碎疠與隊夥 더우 또이 다우 즈조이 람
你得去医院看看 Nǐ děi qù yīyuàn kàn kàn 니 데이 취 이위앤 카안카안	병원에 가서 진찰을 받아야지	Bạn nên đến bệnh viện khám bệnh 伴𢧚𦤾病院勘病 반 녠 데엔 베잉 비언 캄 베잉
你能陪我去医院吗? Nǐ néng péi wǒ qù yīyuàn ma 니 너엉 페이워어 취 이위앤마	나 데리고 병원에 가줄래	Bạn có thể đi bệnh viện với tôi không 伴固體移病院唄碎空 반 꼬테 디베잉비언 버이또이 콩
在哪儿挂号? Zài nǎr guàhào 짜이 날 꾸아 하오	접수처가 어디지	Đăng kí ở đâu? 登記於低 당끼 어 더우
挂一个专家号 Guà yīgè zhuānjiā hào 꽈아 이이거 쭈안지아 하오	전문의 진찰 접수하세요	Đăng kí khám bác sĩ chuyên gia 登記勘博士專家 당끼 캄 박씨이 쭈웬 지아
挂内科 Guà nèikē 꽈아 네이커어	내과 진찰 접수요	Dăng kí khoa nội 登記科內 당끼 콰 노이
内科诊室在一楼东侧 Nèikē zhěnshì zài yī lóu dōng cè 네이커 쩐셔 자이 이일러우뚱처어	내과진찰실은 일층동편에 있어요	Phòng khám khoa nội ở lầu một hướng Đông 房勘科內於樓乂向東 퐁 캄 콰노이 어 루 못 흐엉 동
你在这儿等着 Nǐ zài zhè'er děngzhe 니이 짜이 쩔 덩쩌어	여기서 기다려요	Bạn chờ ở đây nhé 伴徐於低 nhé 반 쩌 어 더이 내애
医生叫你你就进去 Yīshēng jiào nǐ nǐ jiù jìnqù 이셩 지아오니이 니이 지우진취	의사가 부르면 바로 들어 가세요	Bác sĩ gọi thì bạn đi vào nhé 博士噲𣦆伴移𠓨 nhé 박씨이 고이 티 반 디 봐오 내애

❶脸色 liǎnsè 1.혈색 2.안색 3.얼굴빛 4.낯빛
❷生病 shēngbìng 1.병이 나다 2.발병하다
❸挂 guà 등록하다. 접수시키다. 신청하다
❹挂号 guàhào 1. 신청하다 2.등기로 하다 3.전과가 등록되다
❺专家 zhuānjiā 전문가
❻vẻ mặt 㒆𩈘 안색
❼bị bệnh 被病 병 걸리다
❽đau 疠 1. 아픈 2. 고통. 3. 쑤시다
❾dữ dội 與隊 사나운. 거칠은
❿bệnh viện 病院 병원
⓫khám bệnh 勘病 1. 진찰하다 2. 진단하다
⓬khoa nội 科內 내과
⓭Phòng khám 房勘 진찰실
⓮đi vào 趍𠓨 들어가다

中國	韓國	越南
你哪儿不舒服 Nǐ nǎ'er bú shūfú 니 나알 뿌 슈우푸	어디가 불편해요?	Bạn thấy chỗ nào không khỏe 伴 覩 坬 芇 空 劸 반 터이 쪼 나오 콩 쾌
我头痛得厉害 Wǒ tóutòng dé lìhài 워어 터우 통더 리이하이	머리가 너무 아파요	Đầu tôi đau rất dữ dội 頭 碎疠 慄 與 隊 더우 또이 다우 젓 즈 조이
先量一下体温 Xiān liàng yīxià tǐwēn 시앤량 이샤 티이워언	먼저 체온을 잽시다	Trước tiên hãy đo nhiệt độ có thể 翹 先 駭 度 熱 度 固體 쯔억띠언 하이도 니엇도 꼬테
体温39度, 你发烧了 Tǐwēn 39 dù, nǐ fāshāole 티이워언 30뚜, 니이 파샤올러	체온39도, 별열이 있네	Nhiệt độ có thể ba mươi chín độ, bạn bị sốt rồi 熱度 固體 吧进圥 度,伴被焠 末 니엇도 꼬테 바므어이찐 도, 반 비 솟 조이
还有哪里不舒服 Hái yǒu nǎlǐ bú shūfú 하이여우 나알리 뿌 슈우푸	또 어디 불편한 곳은?	Còn chỗ nào không khỏe 群 坬 芇 空 劸 꼰 쪼 나오 콩 쾌
我还上吐下泻,浑身没力气 Wǒ hái shàng tǔ xiàxiè, húnshēn méi lìqì 워어 하이 샹투 시아시에, 후운션 메이 리이치이	토하기도 하고 설사하기도 하고 온 몸에 기력이 없어요	Tôi còn bị ói và thổ tả, cả người không có sức 碎 群 被 瀙 吧 吐瀉,奇得空 固飭 또이꼰비오이 바 토따, 까응 어이콩꼬 슥
你这两天吃过什么? Nǐ zhè liǎng tiān chīguò shèn me 니쩌 량티앤 츠궈어 셔언머	최근 이틀간 뭘 드셨죠	Hai ngày nay bạn đã ăn cái gì 乩 呀 尼伴 㐌 咹 丐 之 하이응아이 나이 반 다안 까이지
吃海鲜了, 我好像对海鲜过敏 Chī hǎixiānle, wǒ hǎoxiàng duì hǎixiān guòmǐn 츠하이시앤러, 워어 하오시앙 뚜이 하이시앤 꾸어민	해산물 먹었는데, 제가 해산물에는 과민한 것 같아요	Ăn hải sản, hình như tôi bị dị ứng hải sản 咹 海山,形如 碎 被 異應 海山 안 하이산, 힝녀 또이 비 지 응하이산
可能就是这个原因 Kěnéng jiùshì zhège yuányīn 커넝 지우셔 쩌거 위앤인	아마 그게 원인인 것 같아요	Có thể là do nguyên nhân này 固體 羅 由 原因 尼 꼬테라 조 응웬 년 나이

●发烧 fāshāo 발열하다

100

❷上吐下泻 shàng tǔ xiàxiè 토하고 설사하다

❸đo 度 재다

❹nhiệt độ 熱度 열도, 온도

❺bị sốt 被焠 열나다, 발열

❻bị ói 被濃 토하다

❼thổ tả 吐瀉 설사하다

❽cả người 奇得 온 몸

❾dị ứng 異應 알러지

❿do 由 1. …에 의해 2. …으로써 3. 왜냐하면 …때문에.

⓫nguyên nhân 原因 원인

⓬ruột 腸 장

⓭bị viêm 被炎 염증

⓮chích thuốc 刺檪 주사를 놓다

⓯chữa viêm 潲炎 소염하다

⓰lo lắng 慮惘 걱정하다

中國	韓國	越南
肠胃有炎症 Chángwèi yǒu yánzhèng 차앙웨이 여우 위앤쩌엉	위에 염증이 있네요	Ruột bị viêm 胖 被炎 루옷 비 븨엄
打个消炎针就完了 Dǎ gè xiāoyán zhēn jiù wánliǎo 따아꺼 시아오위앤 쩐 지우 완러	소염 침을 맞으면 괜찮을 겁니다	Chích thuốc chữa viêm là được 刺 檪 潲 炎 羅 特 찍 투옥 쯔어 븨엄 라 드억
没什么大问题,别太担心 Méishénme dà wèntí, bié tài dānxīn 메이셔언머 따아 워언티이, 비에 타이 딴 신	큰 문제없어요, 너무 걱정하지 마세요	Không có vấn đề gì lớn, đừng lo lắng 空 固 問題 之穎,停 慮惘 콩고 번데지 런, 등 로 랑

❶bị viêm 被炎 염증

❷chích thuốc 刺檪 주사를 놓다

❸chữa viêm 潲炎 소염하다

❹lo lắng 慮惘 걱정하다

中國	韓國	越南
我给你开点儿消炎药 Wǒ gěi nǐ kāi diǎnr xiāoyán yào 워어 게이니 카이디알 샤오위앤야오	소염제를 좀 드리죠	Tôi sẽ cho bạn uống một vài thuốc trị viêm 碎吔朱伴旺爻罷糵治炎 또이 쌔 쪼 반 우엉 못봐이 투억찌뷔엄
每天吃几次? Měitiān chī jǐ cì 메이티앤 츠 지이 처	하루 몇 번 먹나요	Mỗi ngày uống mấy lần 每噅旺尒峇 모이 응아이 우엉 머이 런
每天三次,一次一片 Měitiān sāncì, yícì yípiàn 메이티앤 싼츠, 이이츠이이피앤	매일 세번, 한번에 한 알 먹습니다	Mỗi ngày ba lần, mỗi lần một viên 每噅罷峇,每峇爻圓 모이응아이 바런, 모이런 못비언
饭前吃还是饭后吃? Fàn qián chī háishì fàn hòu chī 판 치앤 츠, 하이셔 판 허우 츠	식전에 아니면 식후에 먹나요	Uống trước hay sau khi ăn cơm 旺𧗱哈鮘欺唉粓 우엉 쯔억 하이 싸우키 안 껌
饭后半小时吃 Fàn hòu bàn xiǎoshí chī 판허우 빤 샤오셔 츠	식후 30분에 드세요	Uống sau khi ăn cơm ba mươi phút 旺鮘欺唉粓罷𠀧發 우엉 싸우 키 안 껌 바 므어이풋
要吃几天 Yào chī jǐ tiān 야오츠 지이 티앤	며칠간 먹나요	Phải uống bao nhiêu ngày 沛旺包蟭噅 파이 우엉 바오니유 응아이
我给你开了三天的量 Wǒ gěi nǐ kāile sān tiān de liàng 워어 게이니 카일러 싼티앤더 량	삼일분 드리죠	Tôi kê toa thuốc cho bạn uống ba ngày 碎計唆糵朱伴旺𠀧噅 또이 께또아 투억 쪼 반 우엉 바 응아이
回去要多喝水 Huíqù yào duō hē shuǐ 훼이 취 야오 뚜어 허어 쉐이	돌아가셔서 물을 많이 드세요	Về nhà phải uống nhiều nước 術茹沛旺蟭渃 베 냐 파이 우엉 니유 느억
注意休息, 别太劳累 Zhùyì xiūxí, bié tài láolèi 주우이이 시우시, 비에 타이 라올레이	푹 쉬시고, 힘든 일 하지 마세요	Chú ý nghỉ ngơi, đừng làm quá sức 注意儀疑,停咟過飭 쭈우이이 응이응어이, 등 람 꽈 슥

❶开 kāi (약) 투여하다　　❷片剂 piàn jì 정제(錠劑)
❸劳累 láolèi 1.피곤해지다 2.지치다　　❹trị viêm 治炎 염증치료
❺dạng viên 樣圓 정제　　❻kê toa 計唆 처방하다

中國	韓國	越南
是急救中心吗? Shì jíjiù zhōngxīn ma 셔 지지지우 쭝신 마	응급센터 죠?	Trung tâm cấp cứu phải không 中 心 急 救 沛 空 쭝 떰 껍 끄우 파이 콩
这里发生车祸了 Zhèlǐ fāshēng chēhuòle 쩌어리 파셩 처후얼러	여기 교통사고났어요	Nơi này xảy ra tai nạn giao thông rồi 坭尼 仕䀼 災難 交通 耒 너이 나이 써이자 따이난 쟈 오통 조이
请赶快派车过来 Qǐng gǎnkuài pài chē guòlái 치잉 깐콰이 파이처어 꾸어라이	빨리 응급차 보내주세요	Mau cho xe tới đây 邎 朱 車 細 低 마우 쪼쌔 떠이 더이
请不要移动病人，我们马上过来 Qǐng búyào yídòng bìngrén, wǒmen mǎshàng guòlái 치잉뿌야오 이똥 삥러언, 워먼 마샹 꾸어라이	부상자 움직이지 마세요, 우리가 바로 갑니다	Xin đừng di dời bệnh nhân, chúng tôi sẽ tới ngay 吀 停 移䞟 病人, 眾碎 唯 細 䞑 씬 정 지저이 베잉녇,쭈옹또이 쌔 떠이 응아이
他流了很多血 Tā liúle hěnduō xiě 타 리울러 헌뚜어 시에	그 사람 피를 많이 흘렸어요	Anh ta chảy rất nhiều máu 偀 㐌 㵎 㦲 𩩫 아잉따 짜이 젓 니유 마우
请问谁是病人的家属? Qǐngwèn shéi shì bìngrén de jiāshǔ 치잉원 쉐이셔 삥러언더 쟈슈	누가 부상자 가족이죠?	Cho hỏi ai là người nhà của bệnh nhân 朱 嗨 埃 羅 得 茹 貼 病人 쪼호이 아이 라 응어이냐 꾸어 베잉녕
得先拍个片子，看有没有骨折 Děi xiān pāi gè piànzi, kàn yǒu méiyǒu gǔzhé 데이시앤 파이꺼 피앤쯔, 카안 여우메이여우 꾸우쩌	먼저 사진을 찍어 골절유무를 보죠	Phải chụp hình trước, để xem có bị nứt xương không 沛 執 形 㩟,底 貼 固 被 搰撎 파이 쭙힝 쯔억, 데에 쌤 꼬 비 늣쓰엉 콩
病人需要开刀，请在这上面签字 Bìngrén xūyào kāidāo, qǐng zài zhè shàngmiàn qiānzì 삥러언 쉬애오 카이따오, 치잉짜이 쩌 샹미앤 치앤쯔	부상자 수술해야하니 여기 위에 사인해주세요	Bệnh nhân cần phải làm phẫu thuật, xin hãy kí tên vào đây 病人勤沛𫜵剖術,吀駭記𪪏𬨔低 베잉녕 껀파이 람 퍼우투엇, 씬 하이 끼 뗀 봐오 더이

❶急救 jíjiù 1.응급 조처 2.응급 치료 3.구급
❷车祸 chēhuò 1. 교통사고 2.윤화
❸赶快 gǎnkuài 1. 빨리 2.얼른 3.어서
❹派车 pài chē 배차하다
❺家属 jiāshǔ 1.가족 2.가솔 3.가속
❻骨折 gǔzhé 골절
❼开刀 kāidāo 수술하다
❽签字 qiānzì 1.서명하다 2.조인하다
❾cấp cứu 急救 구급, 응급
❿xảy ra 仕𠴍 발생하다, 나오다
⓫tai nạn 災難 1.사고 2.재난
⓬mau 𨗜 빠른
⓭di dời 移𨖅 움직이다
⓮ngay 𣦍 1.곧 2.즉시 3.직접
⓯chảy 沚 흐르다, 흘리다
⓰máu 𧖱 피
⓱chụp hình 執形 사진찍다
⓲bị nứt xương 被㧊髊 골절되다
⓳phẫu thuật 剖術 수술

中國	韓國	越南
有没有生命危险 Yǒu méiyǒu shēngmìng wéixiǎn 여우 메이여우 셩밍 웨이시앤	생명이 위독한가요?	Có nguy hiểm tới tính mạng không 固 危險 細 性命 空 꼬오 응위히렘 떠이 띠잉망 콩
暂时还不好说 Zhànshí hái bù hǎoshuō 짠셔 하이 뿌하오 슈어	지금은 뭐라고 말하기 어려워요	Tạm thời không thể nói được 暫 時 空 體 吶 特 땀터이 콩테 노이드억
需要留院密切观察几天 Xūyào liú yuàn mìqiè guānchá jǐ tiān 쉬야오리우위앤 미치에 꽌차아 지이 티앤	병원에서 며칠 면밀히 관찰해야됩니다	Cần phải ở lại bệnh viện quan sát vài ngày 謹 沛 於吏 病院 觀察 吧㝵 껀 파이 어 라이 베잉비언 판 쌋 봐이 응아이

❶暂时 zhànshí 1.잠깐 2.잠시 3.일시
❷密切 mìqiè 1.밀접하다 2.세심하다 3.밀접하게 하다
❸nguy hiểm 危險 위험
❹tính mạng (mệnh) 性命 생명
❺quan sát 觀察 관찰

中國	韓國	越南
大夫,我取药 Dàfū, wǒ qǔ yào 따푸우 워어 취 야오	약 주십시오	Bạc sĩ, cho tôi lấy thuốc 博 士,朱 碎祕 糯 박씨이, 쪼 또이 러이 투억
您得先去交费处交费 Nín děi xiān qù jiāo fèi chù jiāo fèi 닌 데이 시앤 취 쟈오 페이추 쟈 오페이	수납처에 먼저가서 수납 하세요	Bạn cần đến nơi đóng phí để đóng tiền trước 伴 謹 趐 坭 揀費 底 揀錢 嫪 반껀 데엔 너이 동피이 데에 동띠언 쯔억
大夫给您开的是中药,需要代煎吗? Dàfū gěi nín kāi de shì zhōngyào, xūyào dài jiān ma? 따푸우 게이 닌 카이 더 셔 쫑야 오, 쉬야오 따이 지앤 마	선생님이 한약을 처방했 는데, 다려드릴까요	Bạc sĩ kê toa cho bạn là thuốc bắc, có cần nấu giùm không 博士計唉朱伴羅糯北,固謹燸 用空 박씨이 께또안 쪼반라 투억박, 꼬껀 너우 지움 콩
代煎多少钱一服? Dài jiān duōshǎo qián yífù 따이지앤 뚜어샤오 치앤 이이푸우	달여주면 한봉에 얼마죠?	Nấu giùm bao nhiêu tiền một phần 燸 用 包慈 錢乂 分 너우 지움 바오니유 띠언 못 펀
一服药的代煎费是10元 yífù yào de dài jiān fèi shì 10 yuán 이이푸야오더 따이지앤 페이 셔 셔 위앤	한봉 달이는 비용은 10 위앤입니다	Tiền nấu mỗi phần thuốc là mười yuan 錢 燸 每分 糯羅 进元 띠언너우 모이펀 투억라 므으이위앤
煎好的药给您装在专用密封袋里 Jiān hǎo de yào gěi nín zhuāng zài zhuānyòng mìfēng dài lǐ 지앤하오더 야오 게이 닌 쭈앙 짜 이 쭈안용 미퍼엉 따이 리이	달인 약은 전용밀봉봉지 에 담아 드립니다	Thuốc đã nấu sẽ bỏ vào bao kín chuyên dụng cho bạn 糯爸燸 吧 晡匕 包觀 專用 朱伴 투억다 너우 쌔 보봐오 바오 낀 쭈웬중 쪼 반

❶大夫 dàfū 의사

❷交费 jiāo fèi 비용을 내다

❸煎 jiān 달이다

❹一服 yífù 한 봉지

❺đóng phí 揀費 돈을 내다, 지불하다

❻thuốc bắc 糯北 중국 약초

❼nấu giùm 燸用 달이다

❽bỏ vào 晡匕 담다   ❾bao kín 包觀 긴밀한

中國	韓國	越南
那我怎么保存呢? Nà wǒ zěnme bǎocún ne 나 워어 쩐머 빠오추운 너	어떻게 보관하나요?	Vậy làm sao tôi bảo quản nó 丕 吧 𩃄 碎 保 管 奴 버이 람 싸오 또이 바오 꽌 노
您放冰箱里冷藏就可以了 Nín fàng bīngxiāng lǐ lěngcáng jiù kěyǐle 닌 파앙 삥샹리이 렁차앙 지우 커어이일러	냉장고에 넣어 냉장보관 하면 됩니다	Bạn bỏ vào tủ lạnh là được 伴 保 𤲚 𥪝 冷 羅 特 반 보 봐오 뚜우 라잉 라 드억
这瓶是咳嗽药水, 这瓶是外用擦剂 Zhè píng shì késòu yàoshuǐ, zhè píng shì wàiyòng cā jì 쩌어 피잉셔 커어서우 야오쉐이, 쩌어 피잉셔 와이유웅 차지	이 병은 기침약물인데, 바르는 것입니다.	Chai này là thuốc ho, chai này là thuốc bôi ngoài 𥗜 尼 羅 𥼄痔, 𥗜 尼 羅 𥼄 盃 外 짜이나이라 투억호, 짜이나이 라 투억 보이 응오아이
您别弄错了 Nín bié nòng cuòle 니인 비에 누웅 추올러	오용 하지 마세요	Bạn đừng nhầm lẫn 伴 停 𢖵 悋 반 등 념 런

❶tủ lạnh 𤲚冷 냉장고
❷chai 𥗜 병, 보틀
❸thuốc ho 𥼄痔 기침약
❹bôi 盃 바르다
❺nhầm lẫn 𢖵悋 실수하다, 잘못하다

106

中國	韓國	越南
我们来看你了 Wǒmen lái kàn nǐle 워먼 라이카안 닐러	너 보려고 왔어	Chúng ta tới thăm bạn đây 眾 甦 細 嘛 伴 低 쭈옹따 떠이 탐 반 더이
你好点儿了吗? Nǐ hǎo diǎnér le ma 니이 하오디알러마	좀 좋아졌니	Bạn khỏe lại chưa 伴 劮 吏 楮 반 쾌 라이 쯔어
你的色气好多了 Nǐ de sè qì hǎoduōle 니더 써어 치이 하오뚜얼러	얼굴빛이 많이 좋아졌네	Trong vẻ mặt bạn khỏe nhiều rồi 蚣 貌 楣 伴 劮 橅 耒 쫑 배 맛 반 쾌 니유 조이
总是躺着真无聊 Zǒng shì tǎngzhe zhēn wúliáo 쫑셔 타앙쩌 쩐 우우랴오	계속 누워있기만해서 정 말 무료해	Cứ nằm hoài thiệt là chán 拠 舿 怀 實 羅 振 끄 남 화이 티엣 라 짠
往院真没意思 Wǎng yuàn zhēn méiyìsi 와앙위앤 쩐 메이 이이스	병원은 정말 재미없어	Ở bệnh viện thật không thích chút nào 於 病院 實 空適 怵 庐 어 베잉비언 텃 콩텃 쫏 나오
等你出院了,一起逛街去 Děng nǐ chūyuànle, yìqǐ guàngjiē qù 덩니 추위앤러, 이치이 꽝지에 취	퇴원하면 같이 거리구경 가자	Đợi bạn xuất viện, chúng ta cùng đi mua sắm 待 伴 出院, 眾甦 共 移 瞙 攕 더이 반 쑤엇 비언, 쭈옹따 꿍 디 무어삼
我好想赶快出院啊 Wǒ hǎo xiǎng gǎnkuài chūyuàn a 워어 하오시앙 까안콰이 추우위앤	진짜 빨리 퇴원 하고 싶어	Tôi muốn xuất viện nhanh 碎 憫 出 院 避 또이 무언 쑤엇 비언 냐잉
最讨厌打针吃药了 Zuì tǎoyàn dǎzhēn chī yàole 쮀이 타오위앤 따아쩐 츠야오러	가장 싫은 게 주사맞고 약먹는 거야	Ghét nhất là chích thuốc và uống thuốc 惜一 羅 刺糵 吧 旺糵 겟 녓라 찍익 투억 바 우엉 투억

❶躺着 tǎngzhe 누워있다

❷逛街 guàngjiē 1.거리를 구경하며 돌아다니다 2.거리를 쏘다니다 3.아이쇼핑하다

❸thăm 嘛 방문하다

❹nằm 舿 눕다

❺hoài 怀 언제나. 항상

❻chán 振 1.지루한 2.지친 3.귀찮은

❼đợi 待 기다리다

❽惜 ghét …를 몹시 싫어하다

中國	韓國	越南
你什么时候能出院? Nǐ shénme shíhòu néng chūyuàn 니이 셔언머 셔허우 넝 추우위앤	넌 언제 퇴원할 수 있니	Khi nào bạn có thể xuất viện 欺 芇 伴 固 體 出 院 키 나오 반 꼬테에 쑤엇 비언
现在恐怕还不行 Xiànzài kǒngpà hái bùxíng 시앤짜이 쿵파 하이 뿌우 시잉	아직은 아닌 것 같아요	Bây giờ chắc vẫn chưa được 暟 𣇞 戢 吻 楮 特 버이저 짝 버언 쯔어 드억
医生说病情还不稳定 Yīshēng shuō bìngqíng hái bù wěndìng 이셩 슈어 삥치잉 하이 뿌 원띵	의사 말이 아직 병세가 불안하다고 하네	Bác sĩ nói tình trạng bệnh vẫn chưa ổn định 博士 呐 情狀 吻楮 穩定 박씨이노이 띤짱 버언쯔어 온 띵
那你好好养病, 很快就会好的 Nà nǐ hǎohǎo yǎngbìng, hěn kuài jiù huì hǎo de 나니이 하오하오 양삥, 허언 콰이 지우 훼이 하오 더	몸 관리 잘해, 금방 좋아질거야	Vậy bạn nên dưỡng bệnh thật tốt, sẽ khỏe lại nhanh thôi 丕伴铖養病實辭,咄劸吏遡催 버이 반 넨 즈엉베잉 텃 똣, 쌔쾌라이 냐잉 토이
我们会常来看你的 Wǒmen huì cháng lái kàn nǐ de 워먼 훼이 차앙라이 카안 니 더	자주 보러올게	Chúng tôi sẽ tới thăm bạn thường xuyên 眾碎 咄 細 嚓 伴 常川 쭈웅또이 쌔 탐 반 트엉 쑤웬
好好保重身体 Hǎohǎo bǎozhòng shēntǐ 하오하오 빠오쫑 션티이	건강관리 잘해	Bảo trọng nhé 保 重 nhé 바오 쫑 내애

❶恐怕 kǒngpà (나쁜 결과를 예상해서) 아마…일 것이다
❷稳定 wěndìng 1.안정하다 2.안정시키다 3.안정
❸养病 yǎngbìng 1.요양하다 2.양병하다
❹保重 bǎozhòng 1.보중하다 2.건강에 주의하다 3.몸조심하다
❺chắc 戢 아마도
❻vẫn chưa 吻楮 여전히 ~하지 못하다
❼ổn định 穩定 1. 안정된 2. 고정된
❽dưỡng bệnh 養病 요양하다, 조리하다
❾thường xuyên 常川 자주, 정규적인
❿bảo trọng 保重 1. 스스로 돌보다 2. 조심하다

中國	韓國	越南
我有点儿感冒 Wǒ yǒudiǎnr gǎnmào 워어 여우디알 깐마오	난 감기 기운이 있어	Tôi có một chút cảm 碎 固 爻 怵 感 또이 꼬 못 쭛 깜
嗓子又疼又痒 Sǎngzi yòu téng yòu yǎng 쌍쯔 여우 텅 여우 양	목이 아프기도 따갑기도 해요	Cổ họng vừa đau vừa ngứa 股 哄 旅 疒 旅 瘝 꼬홍 브어 다우 브어 응어
应该吃什么药呢 Yīnggāi chī shénme yào ne 잉까이 츠 셔언머 야오너	무슨 약을 먹어야 하나요	Nên uống thuốc gì 軷 旺 欒 之 넨 우엉 투억 지
试试这种吧, 效果不错 Shì shì zhè zhǒng ba, xiàoguǒ búcuò 셔셔 쩌 쫑바, 시아꾸어 부추오	이런 걸 마셔봐요, 효과 좋아요	Thử uống loại này, hiệu quả cũng tốt lắm 試 旺 類 尼, 效果 拱 醉 𠍲 트어 우엉 로아이 나이, 히어우꽈아 꾸웅 똣 람
有副作用吗? Yǒu fùzuòyòng ma 여우 푸 쭈오용마?	부작용 있나요	Có tác dụng phụ không 固 作 用 副 空 꼬 딱 중 푸우 콩
除了这种还有别的吗? Chúle zhè zhǒng hái yǒu bié de ma 추울러 쩌 쫑 하이여우 비에더 마	이것 말고 다른 것도 있 나요	Ngoài loại này ra còn loại khác không 外 類 尼 𣦆 群 類 恪 空 응오아이 로아이 나이 자 꼰 로아이 카악 콩
感冒药都差不多 Gǎnmào yào dōu chàbùduō 깐마오 야오 떠우 짜부뚜어	감기약은 모두 큰 차이 없어요	Thuốc cảm loại nào cũng giống nhau 欒 感 類 芇 拱 䫂 饒 투억깜 로아이 나이 꾸웅 종 냐우
我不要胶囊,有感冒冲剂吗? Wǒ búyào jiāonáng, yǒu gǎnmào chōngjì ma 워러 부야오 지아오낭, 여우 깐마 오 충지마?	캡슐말고 감기약 가루약 없나요	Tôi không muốn thuốc viên nang, có loại pha nước uống không 碎空憫 欒圓囊,固類 披渃 旺 空 또이 콩 무언 투억 비언낭, 꼬 로아이 파느억 우엉 콩

❶嗓子 Sǎngzi 1.목 2.목소리 3.목청

❷差不多 chàbùduō 1.큰 차이가 없다 2.대충 되다 3.일반적인 4.대강

❸胶囊 jiāonáng 1.캡슐 2.교낭 3.교갑

❹冲剂 chōngjì 침제(浸劑) 가루약

❺cổ họng 股哄 목구멍

❻ngứa 癢 가렵다, 따갑다

❼tác dụng phụ 作用副 부작용

❽giống nhau 飂饒 서로 닮다

❾pha nước 披渚 물에 타다

中國	韓國	越南
我手划伤了,有止血贴吗? Wǒ shǒu huáshāngle, yǒu zhǐxiě tiē ma 워어 셔우 화샤엉러 여우 쯔시에 티에 마	손을 긁혔는데, 지혈 패치 있나요	Tay tôi bị thương rồi, có miếng dán cầm máu không 揌碎 被傷 耒,固 嘅演 扲 弸 空 따이또이 비트엉조이, 꼬 미엉 잔 껌 마우 콩
不要普通的止血贴, 要防水的 Búyào pǔtōng de zhǐxiě tiē, yào fángshuǐ de 뿌야오 푸퉁더 쯔시에 티에, 여오 팡쉐이 더	보통 지혈밴드 말고 방수 되는 것으로 주세요	Không lấy miếng dán cầm máu bình thường, lấy loại không thấm nước 空祂嘅演 扲 弸平常,祂類空 浸渃 콩 러이 미엉잔껌마우 빙트엉, 러이 로아이 콩 텀느억
我再要点儿消炎药 Wǒ zài yàodiǎnr xiāoyán yào 워어 짜이 야오디알 샤오위앤야오	또 소염약도 주세요	Tôi cần thêm chút thuốc trị viêm 碎 謹添 怵 籐 治炎 또이 껀 템 쭈웃 투억 찌 비엄
消炎药是处方药, 得凭处方购买 Xiāoyán yào shì chǔfāngyào, děi píng chǔfāng gòumǎi 샤오위앤야오 셔 추우팡 야오, 데이 피잉 추우팡 꺼우 마이	소염약은 처방전 약이니 처방전으로 사야합니다	Thuốc trị viêm là thuốc theo toa, nên dựa theo toa thuốc mà mua 籐 治炎 羅 籐 蹺唆,铖 像 蹺唆 籐 𡨸 膜 투억 찌 비엄 라 투억 테오 또아,넨 즈어 테오 또아 투억 마 무어

❶划伤 huáshāng 찰과상을 입다
❷贴 tiē 1.붙이다 2.바짝 붙다 3.보태주다 4.보조금
❸凭[憑] 기댈 빙 1.기대다 2.의지하다 3.증거 4.근거로 하다
❹购买 gòumǎi 구입하다
❺bị thương 被傷 상처입다
❻miếng dán 嘅演 패치,밴드
❼cầm máu 扲弸 지혈하다
❽bình thường 平常 보통의, 그저그런
❾thấm nước 浸渃 1. (물)흡수하다 2. 흡수하는
❿thuốc theo toa 籐 蹺唆 처방전에 의한 약
⓫dựa 像 ~ 근거하다, 기대다

中國	韓國	越南
我最近总是头疼 Wǒ zuìjìn zǒng shì tóuténg 워어 쮀이 진 쫑셔 터우터엉	요즘 계속 머리가 아파	Gần đây tôi cứ đau đầu 近 低 碎 據 疞 頭 건더이 또이 끄 다우 더우
我先给你把把脉 Wǒ xiān gěi nǐ bǎ bǎmài 워어 시앤 개이니 빠아빠아마이	먼저 맥을 잡아봅시다	Tôi sẽ bắt mạch cho bạn trước 碎 哂 扒 脈 朱 伴 趐 또이 쌔 밧 마익 쪼 반 쯔억
晚上睡不着,总是失眠 Wǎn shàng shuì buzháo, zǒng shì shīmián 완샹 쉐이 뿌우 짜오, 쫑셔 셔미앤	밤에 잠못들고, 쭉 잠을 못자요	Buổi tối ngủ không được, cứ mất ngủ 曖 最 昑 空 特,據 诛 昑 부오이또이 응우 콩, 끄 멋 응우
是不是工作压力太大了? Shì bùshì gōngzuò yālì tài dàle 셔부셔 꿍쭈오 얄리 타이 따알러	업무 스트레스가 너무 많아서 그러나요	Có phải áp lực công việc nhiều quá không 固 沛 壓力 功役 譹 過 空 꼬 파이 압륵 꽁비억 니유 꽈 콩
最近事情很多 Zuìjìn shìqíng hěnduō 쮀이진 셔치잉 흐언 뚜어	요즘 문제가 많아요	Gần đay công việc rất nhiều 近 低 功 役 慄 譹 건더이 꽁 비억 젓 니유
常常觉得很疲劳 Chángcháng juédé hěn píláo 차앙차앙 쮀에더 허언 피이라오	계속 피로감이 있어요	Thường cảm thấy rất mệt 常 感 凭 慄 癒 트엉 깜 터이 젓 멧
我给你开服药调理调理 Wǒ gěi nǐ kāi fúyào tiáolǐ tiáolǐ 워어 게이니 카이푸우 야오 티아오리 티아오리	치료 약을 처방해 드리죠	Tôi viết toa thuốc cho bạn hồi phục sức khỏe 碎 日 咉 糵 朱伴 回復 餉劫 또이 비엇 또아 투억 쪼 반 호이푹 슥 쾌
平时要多注意休息 Píngshí yào duō zhùyì xiūxí 피잉셔어 야오 뚜어 쮸우이이 시우시	평소에 휴식을 많이 취하세요	Bình thường phải chú ý nghỉ ngơi 平常 沛 注意 儀疑 빙 트엉 파이 쭈우 이이 응이 응어이
要多吃瓜果蔬菜 Yào duō chī guā guǒ shūcài 야오뚜어 츠 꽈아 구어 슈우차이	과일,채소를 많이 먹어야 합니다	Phải ăn nhiều rau quả 沛 咹 譹 萎 果 파이 안 니유 자우 꽈

❶把脉 bǎmài 1.맥을 짚다 2.진맥하다 3.   {비유} 예측하다 4.상황을 조사하다

❷不着 buzháo 1.…할 수 없다 2.…하지 못하다 3.…하지 마라

❸事情 shìqíng 1.일 2.업무 3.볼일 4.대사

❹调理 tiáolǐ 1.调养 2.돌보다 3.버릇을 가르치다 4.희롱하다

❺瓜果 guā guǒ 과와 과일. 과일. [넓은 의미로 과일을 가리킴.]

❻蔬菜 shūcài 채소

❼bắt mạch 扒脈 맥을 짚다

❽mất ngủ 沃盰 1. 수면부족 2. 잠을 이루지 못하다

❾hồi phục 回復 회복하다

❿rau quả 葇果 채소, 야채

中國	韓國	越南
还要多注意保暖 Hái yào duō zhùyì bǎonuǎn 하이야오 뚜어 쭈우이 바오누안	또한 보온에 주의하세요	Còn phải chú ý giữ ấm 群 沛 注意 守 唵 꽁 파이 쭈우 이이 저으 엄
少吃酒, 少抽烟 Shǎo chī jiǔ, shǎo chōuyān 샤오 츠 지우, 샤오 처우위앤	술 적게드시고, 담배도 줄이시고	Uống ít rượu, hút ít thuốc 旺 沙 醑, 吸 沙 藥 우엉 잇 즈어우, 훗 잇 투억
少吃生冷食物 Shǎo chī shēnglěng shíwù 샤오츠 성러엉 셔우	찬 음식을 줄이세요	Ít ăn thức ăn sống 沙唵 式 唵 賲 잇 안 특 안 쏭
尽量抽时间锻炼锻炼身体 Jǐnliàng chōu shíjiān duànliàn duànliàn shēntǐ 지인량 쳐우 셔지앤 뚜안리앤 뚜안리앤 셔언티이	최대한 시간을 내서 신체 단련을 하세요	Cố gắng giành thời gian tập thể dục 故 劻 挣 時 間 習 體 育 꼬강 쟈잉 터이 쟌 떱 테 죽
拿着药方到前面抓药 Názhe yàofāng dào qiánmiàn zhuāyào 나저 야오팡 따오 치앤미앤 쭈아야오	처방전 가지고 앞으로 가서 약 받으세요	Cầm toa thuốc tới đằng kia lấy thuốc 扲 唆藥 細 唐箕 祕藥 껌 또아투억 떠이 당끼어 러이 투억
两碗水煎成一碗水, 趁热喝 Liǎng wǎn shuǐ jiān chéng yī wǎn shuǐ, chèn rè hē 량완쉐이 지앤처엉 이완쉐이, 처언 러어 허어	물 두 사발을 끓여 한 사발이 되면 뜨거울 때 마셔요	Hai chén nước nấu thành một chén, uống lúc còn nóng 台盞 渃 熝 成 爻盞 旺 吣 群燶 하이쩬 느억 너우 타잉 못쩬 우엉 룹 꼰 농
医生, 我没时间在家里煎药 Yīshēng, wǒ méi shíjiān zài jiālǐ jiān yào 이성, 워어 메이 셔지앤 짜이 지아리 지앤 야오	선생님, 저는 집에서 약 달일 시간이 없는데요	Bác sĩ, tôi không có thời gian nấu thuốc ở nhà 博士, 碎 空 固 時間 熝藥 於 茹 박씨이, 또이 콩 꼬 터이쟌 너우 투억 어 냐

113

❶还要 hái yào 또한

❷生冷 shēnglěng 1.날음식과 찬음식 2.생소하고 냉담하다

❸尽量 jǐnliàng 1.가능한 한 2.될 수 있는 대로 3.되도록 4.최대한

❹拿着 názhe 1.가지고 있다 2.…을 가지고 있으면서 3.…의 주제에 4.…이면서도

❺药方 yàofāng 1.처방 2.처방전 3.약방문

❻抓药 zhuāyào 1. 약을 사다 2.약을 짓다 3.약을 팔다

❼趁热 chèn rè 뜨거울 때를 이용하다. [주로 부사적으로 쓰임]

❽煎药 jiān yào 약을 달이다

❾giữ ấm 守暗 보온하다

❿cố gắng 故助 1. 노력하다 2. 노력

114

中國	韓國	越南
坐小桌还是坐吧台？ Zuò xiǎo zhuō háishì zuò bātái 쭈오 샤오쮸오 하이셔 쭈오빠타이	테이블, 빠 어디에 앉으실까요?	Dạ thưa,mời ông ngồi tại đấy bàn hoặc quầy bả ạ 夜嘛,咄翁 蟀在低 盘 或 櫃 把ạ 자트어,머이 옹 응오이 따이 더이 빤 홛 꿰이 빠 아
这里气氛真好 Zhèlǐ qìfēn zhēn hǎo 쩔리 치펀 쩐 하오	여기 분위기 참 좋다	Không khí ở đây thật sự rất tốt 空 氣於低 實 事 慄辭 꽁 키 어더이 텃 쓰 젓 똣
这儿挺热闹的 Zhè'er tǐng rènào de 쩌얼 티잉 러나오더	정말 활기차네	Ở đây rất náo nhiệt 於低 慄 鬧 熱 어더이 젓 나오 니엇
我喜欢这里的装修风格 Wǒ xǐhuān zhèlǐ de zhuāngxiū fēnggé 워어시환 쩔리더 쭈앙시우 펑꺼어	실내 장식 스타일 마음에 든다	Tôi thích phong cách trang trí ở đây 碎 適風 格 裝置 於低 또이 팃 퐁 깟 짱 찌 어 더이
你喝点什么？ Nǐ hē diǎn shénme 니 허어 디앤 셔언머	뭘 마실래요?	Ông uống gì ạ 翁 旺 之 ạ 옹 우엉 지 아
我们新调了一种鸡尾酒 Wǒmen xīn diàole yī zhǒng jīwěijiǔ 워먼 신띠아올러 이이쭝 지웨이지우	우린 새로운 칵테일의 일종을 만들었어	Chúng tôi có cocktail loại mới 眾 碎固cocktail 類 黚 쭈옹또이 꼬 칵테일 로아이 머이
非常适合女孩子的口味 Fēicháng shìhé nǚ háizi de kǒuwèi 페이 차앙 셔어더 뉘하이즈 더 커우웨이	여자들 구미에 딱 맞는 맛이지	Vô cùng thích hợp với các cô gái 無窮 適合 唄 姑媽 보궁 팃헙 버이 꼬가이
要不要试试？ Yào búyào shì shì 야오 부야오 셔셔	한번 마셔볼래	Em dùng thử nhé 媕用 試 nhé 앰 중 트 내애
酒精度数高吗？ Jiǔjīng dùshu gāo ma 지우징 뚜우슈 까오마	주정도수 높아요?	Thành phần rượu nhiều không 成 分 醋 憨 空 타잉 펀 즈우 니유 콩
那要一小杯,谢谢 Nà yào yì xiǎo bēi, xièxiè 나야오이이 샤오 뻬이,시에시에	한 잔 주세요, 감사합니다	Cho tôi một cốc nhỏ, cám ơn 朱 碎 爻 甌 芀,感恩 쪼 또이 못 꼽 뇨, 까먼

我还是不喝酒精饮料了 Wǒ háishì bù hē jiǔ jīng yǐnliàole 워어 하이셔 뿌우허어 지주징 인 랴올러	난 아직 알콜음료는 마시지 않아요	Tôi không uống rượu được 碎 空 旺 醽 特 또이 콩 우엉 즈오 드억

❶吧台 bātái 1.바 2.바의 카운터 3.바텐더
❷气氛 qìfēn 분위기
❸热闹 rènào 1.번화하다 2.즐겁게 하다 3.번화한 장면
❹装修 zhuāngxiū 집 따위의 내장 공사
❺风格 fēnggé 1.풍격 2.품격 3.태도나 방법
❻鸡尾酒 jīwěijiǔ 칵테일(cocktail)
❼Dạ thưa 夜𠽔 공손히 말씀 올리다
❽bàn 盘 1. 탁자 2. 토의하다
❾quầy 櫃 카운터
❿không khí 空氣 분위기
⓫thật sự 實事 1. 사실로2. 실로.
⓬náo nhiệt 鬧熱 1. 활기에 찬 2. 활발한
⓭phong cách 風格 스타일,기풍
⓮trang trí 裝置 1. 장치하다 2. 장식하다
⓯loại mới類䊷 신종, 새로운 종류
⓰thành phần 成分 1. 구성 2. 요소 3. 성분
⓱cốc 𥑂 컵,잔

中國	韓國	越南
我们去跳舞吧 Wǒmen qù tiàowǔ ba 워먼 취 티아오우우 바	우리 춤추러 가자	Chúng ta khiêu vũ nhé 眾 軂跳 舞 nhé 쭈옹띠 키어우 부 내애
我不会跳 Wǒ búhuì tiào 워어 부훼이 티아오	난 춤 못춰	Tôi không biết khiêu vũ 碎 空 別 跳 舞 또이 꽁 비엇 키어우 부
不会跳可以学嘛 Bú huì tiào kěyǐ xué ma 부우훼이 티아오 커어이이 쉬에마	못추면 배우면 돼	Em không biết khiêu vũ nhưng em có thể học 媕 空 別 跳舞 仍 媕 固 體 學 앰 콩비엇 키어우 부 녕 앰 꼬테에 홉
来吧, 我教你 Lái ba, wǒ jiào nǐ 라이 바, 워어 지아오 니	와봐, 내 가르쳐 줄게	Lại đây, tôi dạy cho 吏低, 碎 教 朱 라이 더이, 쩌이 자이 조
音乐太吵了 Yīnyuè tài chǎole 잉위에 타이 챠올러	음악 엄청 시끄럽네	Tiếng nhạc ồn quá 嗒 樂 温 過 띠엉 냑 온 꽈아
我不太习惯来这种地方 Wǒ bú tài xíguàn lái zhè zhòng dìfāng 워어 부우타이 시꽌 라이 쩌어쫑 띠팡	난 이런 곳에 거의 안 와 봐서	Tôi không quen với những nơi như thế này 碎 空涓 唄 仍坭 如 勢 尼 또이 꽁꿴 버이 녕너이 녀 테 에나이
今天是周末, 就放松一下吧 Jīntiān shì zhōumò, jiù fàngsōng yīxià ba 찐티앤셔 저우무어, 지우 파앙쑹 이샤 바	오늘 주말이니, 느긋하게 놀자	Cuối tuần rồi, nên thư giãn một tí 檜句 末, 铖 恣簡 爻 細 꾸오이 뚜언 조이, 넨 트지안 못 띠
我还是坐在这里看你跳好了 Wǒ háishì zuò zài zhèlǐ kàn nǐ tiào hǎole 워어 하이셔 쭈오 짜이 쩌얼리 카 안 니 티아오 하올러	난 여기 앉아 니가 춤추 는 걸 봐도 돼	Tôi chỉ muốn ngồi đây và xem bạn nhảy 碎 只 憫 蛃低 吧 貼 伴 趣 또이 찌 무언 응오이 더이 바 쌤 반 냐이
那个DJ很受欢迎 Nàgè DJ hěn shòu huānyíng 나거DJ허언 셔우 화니잉	저 DJ는 인기가 좋아	Người chỉnh nhạc DJ kia rất nổi tiếng 𠊚 整 樂 DJ箕 慄 浽嗒 응어이 찐 냑 DJ 끼어 젓 노 이 띠엉

❶跳舞 tiàowǔ 1.춤을 추다 2.춤

❷吵 chǎo 1.시끄럽다 2.떠들어 대다 3.말다툼하다

❸放松 fàngsōng 1.늦추다 2.관대하게 하다 3.풀어주다

❹khiêu vũ 跳舞 춤추다

❺tiếng nhạc 啫樂 음악소리

❻ồn 温 1. 소음. 2. 시끄러운

❼không quen 空涓 서먹하다, 익숙치 않다

❽thư giãn 悠簡 릴랙스

❾một tí 乂細 1. 잠깐 2. 조금

❿nhảy 趂 춤추다

⓫nổi tiếng 浽啫 유명한

中國	韓國	越南
请问5号包间在哪儿 Qǐngwèn 5 hào bāojiān zài nǎ'er 치잉원 우하오 빠오지앤 짜이날	5번 방이 어디죠	Xin lỗi, cho hỏi phòng số năm ở đâu ạ 听纇,朱嗨 房 数龥 於 兜ạ 씬로이, 쪼호이 풍쏘 남 어더우
我刚点了一首中文歌 Wǒ gāng diǎnle yìshǒu zhōngwén gē 워어 깡 띠앤러 이셔우 쭝워언 꺼	지금 막 중국노래 한 곡 신청했어	Tôi vừa chọn một bài hát tiếng Hoa 碎 放 撰 爻 排欵 嗆華 또이 브어 쫀 못 바이핫 띠엉화
我们一起唱吧 Wǒmen yìqǐ] chàng ba 워먼 이이치 차앙 바	같이 노래 부르자	Chúng mình hát với nhau nhé 眾輪 欱 唄 饒 nhé 쭈웅밍 핫 버이 냐우 내애
点了什么歌? Diǎnle shénme gē 띠앤러 셔언머 꺼	어떤 노래 신청했어?	Bạn đã chọn bài nào rồi 伴 㐰 撰 排 苗 耒 반 다 쫀 바이 나오 조이
我不太会唱 Wǒ bú tài huì chàng 워어 부우 타이 훼이 차앙	난 노래 잘 못해	Tôi thật sự không biết hát bài này 碎 實事 空 別 欱 排尼 또이 텃쓰 콩 비엇 핫 바이 나이
这首歌最近特别流行 Zhè shǒu gē zuìjìn tèbié liúxíng 쩌어 셔우꺼 쮀이진 터어비에 리우싱	이 노래 요즘 엄청 유행이야	Bài này gần đây rất nổi tiếng 排尼 近 低 慄 浽 嗆 바이 나이 건더이 젓 노이 띠엉
你最喜欢哪位歌星的歌? Nǐ zuì xǐhuān nǎ wèi gēxīng de gē? 니 쮀이 시환 나웨이 꺼싱더 꺼	넌 어떤 유명가수 노래를 제일 좋아하니	Bạn thích nhất là ca sĩ nào 伴 適 一 羅歌士苗 반 틱 녓 라 까 시이 나오
你平时喜欢听什么歌? Nǐ píngshí xǐhuān tīng shénme gē 니 피잉셔 시환 팅 셔언머 꺼	평소 어떤 노래 듣기를 좋아하니	Thường bạn thích nghe nhạc gì 常 伴 適 聑 樂 之 트엉 반 틱 응에 냑 지
我喜欢慢歌, 不喜欢太快的 Wǒ xǐhuān màn gē, bù xǐhuān tài kuài de 워어 시환만커, 뿌시환 타이콰이더	느린 노래 좋아해, 너무 빠른 노래는 안좋아해	Tôi thích nhạc chậm, không thích nhạc hát quá nhanh 碎 適 樂 躇, 空適 樂 欵 過 避 또이 틧 냑 쩜, 콩틧 냑 꽈 냐잉
我就爱听摇滚歌曲 Wǒ jiù ài tīng yáogǔn gēqǔ 워어 지우 아이티잉 야오꾼 꺼취	난 로큰롤 노래를 좋아해	Tôi chỉ thích thể loại rock and roll 碎 只 適 體類 rock and roll 또이 찌 틧 테에로아이 로큰롤

119

萝卜青菜,各有所爱 Luóbo qīng cài, gè yǒu suǒ ài 루어뿌어 칭차이,꺼어여우수오아이	사람마다 좋아하는 것이 다르다	Mỗi người đều có sở thích riêng của mình 每 得 調 固 所適 稙 貼 輪 모이 응어이 데우 꼬 써팃 지 엉 꾸어 밍

❶包间 bāojiān (호텔·음식점의) 대절한 방

❷点 diǎn 켜다, 부르다, 주문하다, 신청하다

❸摇滚 yáogǔn 로큰롤(摇滚乐)의 약칭

❹萝卜 luóbo 무

❺bài hát 排欲 노래

❻với nhau 唄饒 같이 함께

❼ca sĩ 歌士 가수

❽chậm 蹔 느린

❾thể loại 體類 형식, 장르

❿sở thích 所適 취미, 취향

56 영화관

中國	韓國	越南
请问最早的那场电影几点开演 Qǐngwèn zuìzǎo dì nà chǎng diànyǐng jǐ diǎn kāiyǎn 치잉원 쮀이짜오 더 나 차앙 띠앤 이잉 지이 디앤 카이위앤	가장 이른 영화는 몇시에 상영시작하나요	Xin lỗi, cho hỏi bộ phim sắp tới chiếu sớm nhất lúc mấy giờ 吒纇,朱晦 部phim 插細 照 𠄩一 旳 尒𣇞 씬로이, 쪼호이 보핌 삽떠이 치어우 써엄 녓 룹 머이 져
上午10点开场 Shàngwǔ 10 diǎn kāichǎng 샤앙우우 스어디앤 카이 차앙	오전10시에 개장합니다	Chúng tôi chiếu lúc mười giờ sáng 眾碎 照 旳 迈𣇞 㷰 쭈웅 또이 치어우 룹 므어이 져 상
我要两张10点的票 Wǒ yào liǎng zhāng 10 diǎn de piào 워어 야오 양짱 셔어디앤더 퍄오	10시표 두장 주세요	Chúng tôi mua hai vé chiếu lục mười giờ sáng 眾碎 膜 𠄩派 照 旳 迈𣇞 㷰 쭈웅또이 무어 하이배 치어우 룹 므어이져 상
买点儿爆米花边吃边看 Mǎidiǎnr bào mǐ huā biān chī biān kàn 마이디알 빠오미화 삐앤츠 삐앤카안	팝콘을 사서 드시면서 보세요	Mua một ít bắp rang để ăn khi xem phim nhé 膜 㐅𠅍 梾灴 底 咹 欺 貼 phim nhé 무어 못잇 밥 장 데 안 키 쌤 핌 내애
这里面真暗啊 Zhè lǐmiàn zhēn'àn a 쩌어리이미앤 쩐 안 아	안이 엄청 깜깜해	Ở trong đây tối thật 於 𤃠 低 最 實 어 쫑 더이 또이 떳
三零五,我們的座位在哪里 Sān líng wǔ, Wǒmen de zuòwèi zài nǎlǐ 싼리잉우, 워먼더 쭈오웨이 짜이 날리	305번, 우리 자리가 어디니	Ba linh năm, ghế của chúng ta ở đâu 匹零𠄼,几 貼 眾𪀄 於 低 바링남, 게 꾸어 쭈웅따 어더우
最讨厌放映之前的广告了 Zuì tǎoyàn fàngyìng zhīqián de guǎnggàole 쮀이 타오이앤 팡잉 쯔치앤더 꾸앙꽈올러	제일 싫은게 상영전 광고하는 거야	Ghét nhất là chương trình quảng cáo phát trước khi chiếu phim 恄一 羅 章程 廣告 發 𧗱欺 照 phim 갯 녓 라 츠엉찡 꾸앙까오 팟 쯔억 키 찌어우 핌

❶爆米花 bào mǐ huā 1.튀밥 2.팝콘

❷边 …하면서 …하다

❸讨厌 tǎoyàn 1.싫다 2.성가시다 3.싫어하다

❹chiếu 照 비추다, 상영

❺sớm nhất 剔一 최초, 맨 처음

❻một ít 乂沙 1.약간 2.조금

❼bắp rang 楙忏 팝콘

❽tối 最 밤. 어두운. 깜깜한. 침울한

❾ghế 几 의자

❿chương trình 章程 프로그램

中國	韓國	越南
这部电影里有很多知名演员 Zhè bù diànyǐng li yǒu hěnduō zhīmíng yǎnyuán 쩌뿌 띠앤이잉 리 여우 헌 뚜어 쯔미잉 이앤위앤	이 영화에 많은 유명배우가 나와요	Bộ phim náy có rất nhiều ngôi sao nổi tiếng 部phim 尼 固 慄 驁 桅裡 渃喵 보 핌 나이 꼬 젓 니유 응오 이 싸오 노이 띠엉
你觉得这部电影怎么样？ Nǐ juédé zhè bù diànyǐng zěnme yàng 니 쥐에더 쩌뿌 띠앤이잉 쩐머양	이 영화 어떻게 생각해?	Bạn thấy bộ phim này như thế nào 伴 覓 部 phim尼 如 勢节 반 터이 보 핌 나이 녀 테에 나오
没想像中那么好 Méi xiǎngxiàng zhōng nàme hǎo 메이 시앙시앙 쭝 나머 하오	생각보다 못해	Không hay như tôi nghĩ 空 咍 如 碎 擬 콩 하이 녀 또이 응이
情节很一般 Qíngjié hěn yìbān 치잉지에 허언 이이 빤	줄거리가 너무 평범해	Cốt truyện chung chung quá 骨 傳 終 終 過 꼿 쭈웬 쭝 쭝 꽈
画面效果很美 Huàmiàn xiàoguǒ hěn měi 화미앤 시아오꾸어 허언 메이	화면효과가 정말 좋아	Hiệu ứng đặc biệt thì rất tốt 效 柄 特 別 哩 慄 薜 히어우 응 닥 비엇 티 젓 뜻
太感人了，我都哭了 Tài gǎnrénle, wǒ dōu kūle 타이깐 러언러, 워 떠우 쿠울러	감동적이야, 나도 울었어	Phim rất cảm động, làm tôi bật khóc Phim 慄 感動, 𠃅碎 弼哭 핌 젓 깜동, 람 또이 벗 콕

❶情节 qíngjié 1.사건의 내용과 경위 2.줄거리 3.구성 4.사정

❷ngôi sao 桅裡 아이돌

❸cốt truyện 骨傳 1. 뼈대 2. 줄거리

❹chung 終 보통, 일반적, 공동

❺hiệu ứng 效柄 1. 효과있는 2. 효과

❻cảm động 感動 감동적

❼bật khóc 弼哭 눈물을 왈칵 쏟다

123

中國	韓國	越南
我们买套票吧,比较划算 Wǒmen mǎi tào piào ba, bǐjiào huásuàn 워어먼 마이 타오 퍄오 바, 비쟈오 후아 쑤안	패키지 표를 사면 가성비가 좋다	Chúng ta hãy mua vé trọn gói, sẽ rẻ hơn 眾她 駭膜 派 終擒,唯 易 欣 쭈옹따 하이 무어 배 쫀고이, 쌔 재 헌
套票可以玩所有项目 Tào piào kěyǐ wán suǒyǒu xiàngmù 타오퍄오 커어이이 완 수오여우 시앙무	패키지표를 사면 전부 다 이용할 수 있어	Bạn có thể chơi tất cả các trò chơi bằng vé trọn gói 伴 固體 迶 畢嗠 各 略迶 朋 派 終擒 반 꼬테 쩌이 떳까 깍 쪼쩌이 방 배 쫀고이
我要先坐云霄飞车 Wǒ yào xiān zuò yúnxiāo fēichē 워어 야오 시앤 쭈오 윈샤오 페이 처어	난 먼저 롤러코스터 탈래	Trước hết, tôi muốn chơi tàu lượn siêu tốc 趭歇, 碎 憫 迶 艚瀾 超速 쯔억 헷, 또이 무언 쩌이 따우 르언 시우 똑
我不敢坐,转一圈下来头晕 Wǒ bù gǎn zuò, zhuǎn yìquān xiàlái tóuyūn 워어 뿌 깐 쭈오, 쭈안 이이취앤 시아라이 터우 윈	난 못 타겠어, 한번 돌고 내려오면 머리가 혼미 해져	Tôi sợ tàu lượn siêu tốc, tôi thấy chóng mặt 碎 悙 艚瀾 超速, 碎 筧 擤栖 또이 써 따우르언 시우똑, 또이 터이 쫑맛
我还是比较喜欢旋转木马 Wǒ háishì bǐjiào xǐhuān xuánzhuǎn mùmǎ 워어 하이셔 비쟈오 시환 쉬앤쭈안 무우 마	난 회전목마 쪽이 차라리 좋다	Tôi thích trò đu quay 碎 適 略 都掃 또이 팃 쪼 두 꽈이
那是小孩子玩儿的 Nà shì xiǎo hái zǐ wánr de 나 셔 샤오 하이즈 와알 더	그건 어린애들 노는 건데	Trò chơi đó dành cho trẻ con 略迶 圖 停 朱 祕羅 쪼쩌이 도 자잉 쪼 쩨 꼰
去玩海盗船怎么样? Qù wán hǎidàochuán zěnme yàng 취 와안 하이다오 추안 쩐머 양	해적선 놀이는 어때	Vậy còn trò chơi tàu hải tặc thì sao 丕 群 略迶 艚海賊 哊 吵 버이 꼰 쪼쩌이 따우하이딱 띠 싸오

❶套票 tào piào 입장권 세트

❷划算 huásuàn 1.계산하다 2.타산하다 3.수지가 맞다 4.채산이 서다

❸云霄 yúnxiāo 1.높은 하늘 2.하늘 끝 3.높은 지위 4.고위

❹飞车 fēichē 1.날 듯이 달리는 차 2.과속 차량 3.열차 4.스피드 카 경기

❺头晕 tóuyūn 1. 머리가 아찔하다2. 어지럽다

❻还是 háishì '…하는 편이 (더) 좋다'는 뜻

❼旋转木马 xuánzhuǎn mùmǎ 회전목마

❽vé trọn gói 派 終擒 패키지 표(세트 표)

❾rẻ hơn 易欣 더 싼

❿tất cả 畢笴 모두, 모든

⓫trò chơi 略逬 1. 시합 2. 놀이 3. 대회

⓬trước hết 魖歇 1. 우선 2. 먼저 첫번째로

⓭tàu lượn siêu tốc 艚瀾 超速 롤러 코스터

⓮chóng mặt 摤裇 현기증이 나다. 어지러움을 느끼다.

⓯trò đu quay 略 都掃 회전목마

⓰dành 停 ~을 위한, ~용

⓱trẻ con 衪琨 어린아이

⓲tàu hải tặc 艚海賊 해적선

中國	韓國	越南
海盜船也很刺激 Hǎidàochuán yě hěn cìjī 하이따오추안 이예 헌 츠지이	해적선도 역시 매우 재미있어	Trò chơi tàu hải tặc cũng rất phấn khích 𠓀𨔈 艚海賊 拱 慄 奮激 쪼쩌이 따우 하이딱 꾸옹 젓 펀킥
我想去鬼屋 Wǒ xiǎng qù guǐwū 워어 시앙 취 꾸이 우우	난 귀신의 집에 갈래	Tôi muốn đến ngôi nhà ma 碎 㦖 到 𩲡茹魔 또이 무언 덴 응오이 냐 마
你自己进去可以吗? Nǐ zìjǐ jìnqù kěyǐ ma 니 쯔지 진취 커어이이 마	혼자 들어갈 수 있니	Bạn tự mình đi được không 伴 自 𨉟 迻 特 空 반 뜨 밍 디 드억 콩
我在外边等你出来 Wǒ zài wàibian děng nǐ chūlái 워어 짜이 와이비앤 덩 니 출라이	밖에서 너 나오길 기다리마	Tôi sẽ đợi bên ngoài 碎 吔待 边 外 또이 쌔 더이 벤 응오아이
我一个大男人也怕鬼? Wǒ yīgè dà nánrén yě pà guǐ 워어 이거 따아 난러언 이예 파아 꿰이	큰 남자가 귀신을 무서워 할까봐?	Anh to con thế sao lại sợ ma chứ? 俁 蘇 混 勢 吵 吏 㤿 魔 chứ 아잉 또꼰 테 싸오 라이 써 마쯔
这个游乐园的游乐项目真多 Zhège yóulèyuán de yóulè xiàngmù zhēn duō 쩌거 여우러위앤더 여우러 시앙무우 쩐 뚜어	이 놀이공원 놀 것이 정말 많다	Công viên giải trí này có rất nhiều tiết mục 公園 解智 尼 固 慄 𡗉 節目 꽁비언 자이찌 나이 꼬 젓 니유 띠엇묵
今天玩得很开心 Jīntiān wán dé hěn kāixīn 찐티앤 와안더 헌 카이신	오늘 정말 재미있게 놀았다	Hôm nay chúng ta đã chơi rất vui 𣋚𠉞 眾𢧲 㐌 𨔈 𡗉 𢡠 홈나이 쭈웅따 다 쩌이 젓 부이

❶刺激 cìjī 1.자극 2.좋은점
❷鬼屋 guǐwū 1.도깨비집 2.흉가
❸怕 pà 1.무서워하다 2.근심하다 3. 아마 4.…에는 당할 수 없다
❹开心 kāixīn 1.기분을 상쾌하게 하다 2.희롱하다 3.유쾌하다 4.마음의 눈을 뜨게 하다
❺phấn khích 奮激 의기충만해지다. 열정을 내다
❻ngôi nhà ma 𩲡茹魔 귀신의 집
❼tự mình 自𨉟 자신, 스스로
❽to con 蘇混 몸집 큰 사람
❾giải trí 解智 1. 늦추다 2. 완화하다 3. 피로를 풀다
❿tiết mục 節目 부분, 항목

中國	韓國	越南
我请你去看京剧 Wǒ qǐng nǐ qù kàn jīngjù 워어 치잉 니 취 카안 징쥐	경극관람에 초대합니다	Tôi mời bạn đi xem Kinh kịch 碎 唎 伴 扬 貼 京劇 또이 머이 반 디 쌤 낀 낏
我还没看过京剧呢 Wǒ hái méi kànguò jīngjù ne 워어 하이메이 카안구어 징쥐너	나 아직 경극을 본 적 없어요	Tôi chưa bao giờ được xem Kinh kịch 碎 楮 包絭 特貼 京劇 또이 쯔어 바어져 쌤 낀 낏
有没有字幕? Yǒu méiyǒu zìmù 여우메이여우 쯔무	자막이 있나요?	Hát tuồng có phụ đề không 欣從　固附題空 핫 뚜엉 꼬 푸 데 콩
我怕听不懂 Wǒ pà tīng ·bu dǒng 워어 파아 팅 부 뚜웅	알아들을 수 없을거야	Tôi e rằng mình không thể hiểu ca từ của họ 碎 唉浪 軂 空體 曉 歌詞 貼 戶 또이애장 밍콩테 히어우 까뜨 꾸어호
听不懂还可以看嘛 Tīng ·bu dǒng hái kěyǐ kàn ma 띵부똥 하이 커어이이 카안 마	못알아들어도 볼 수 있어	Không sao, nghe không được bạn cơ thể xem họ diễn 空牢, 腤空特 伴 固體 貼 戶 演 콩싸오, 응에콩드억 반꼬테 쌤호 지언
你等我一会儿好吗? Nǐ děng wǒ yīhuǐ'er hǎo ma 니 더엉워어 이후얼 하오 마	나 좀 기다려 줄래	Anh vui lòng đợi trong giây lát 偀 愯悉 待䢀 之落 아잉 부이롱 더이 종 저이 랏
我想先化个妆,马上就好 Wǒ xiǎng xiān huà gè zhuāng, mǎshàng jiù hǎo 워시앙 시앤 화꺼 쭈앙, 마샹 지우 하오	나 먼저 화장해야해, 금방 올게	Tôi muốn trang điểm cho xong, sắp xong rồi 碎 憫 粧点 朱衝,插 衝 耒 또이 무언 짱디엄 쪼쏭, 삽쏭조이

❶听不懂 tīng ·bu dǒng 알아들을 수 없다. 듣고도 모르다　❷化妆 huà zhuāng 화장하다
❸Kinh kịch 京劇 경극　　❹Hát tuồng 欣從 고전극 ❺phụ đề 附題 표제. 설명. 자막
❻e rằng 唉浪 (…이 아닐까 하고) 걱정하다　❼ca từ 歌詞 가사
❽diễn 演 1. 연기하다 2. 역을 맡다 3. 공연하다
❾trong giây lát 䢀之落 잠깐사이
❿trang điểm 粧点 화장하다
⓫cho xong 朱衝 끝내다

中國	韓國	越南
那我也回去换件衣服 Nà wǒ yě huíqù huàn jiàn yīfú 나 워어 이예 훼이취 환지앤 이푸	나도 돌아가서 옷 갈아입어야 된다	Tôi cũng tranh thủ đi thay đồ 碎 供 爭 取 迻 拸 圖 또이 꾸웅 짜잉 투 디 타이 도
一会儿楼下见 Yīhuǐ'er lóu xià jiàn 이후얼 러우 시아 지앤	나중에 건물 앞에서 봐	Gặp anh dưới lầu vậy 迲 偀 𨷣 樓 丕 갑 아잉 즈어이 러우 버이
不见不散 Bújiàn bú sàn 부우지앤 부우 싼	꼭 와야 해	Không gặp không về 空 迲 空 術 콩 갑 콩 베
演出就要开始了 Yǎnchū jiù yào kāishǐle 위앤추우 지우야오 카이셔얼러	극이 이제 시작한다	Buổi diễn sắp bắt đầu rồi 唄 演 插 扒 頭 耒 부오이 지언 삽 밧 더우 조이
我们把手机关了吧 Wǒmen bǎshǒu jīguānle ba 워먼 바아 셔우지 꽌러 바	전화기를 끕시다	Chúng ta nên tắt điện thoại di động 眾 撦 𢤮 撦 電話 移動 쭈웅따 녠 맛 디엔토아이 지동
今天的演员都非常有名 Jīntiān de yǎnyuán dōu fēicháng yǒumíng 찐티앤더 위앤위앤 떠우 페이차앙 여우미잉	오늘의 배우들은 모두 매우 유명해	Tất cả nghệ sĩ biểu diễn hôm nay đều rất nổi tiếng 畢 妸 藝士 表演 貶崟 調 慄 浽 喢 떳까 응에씨이 비우지언 홈나이 데우 젓 노이 띠엉
京剧的脸谱真好看 Jīngjù de liǎnpǔ zhēn hǎokàn 징쮜더 리앤푸 쩌언 하오 칸	경극분장 정말 멋있어	Hóa trang Kinh kịch trông rất hấp dẫn 化裝 京劇 矊 慄 吸引 화짱 낀끽 종 젓 협 전

❶脸谱 liǎnpǔ 검보.
[중국 전통극에서, 인물의 성격과 특징을 나타내려고 배역의 얼굴에 각종 채색 도안을 그린 것.

❷tranh thủ 爭取 틈에 ~을 하다

❸thay đồ 迻圖 갈아입다

❹dưới 𨷣 ~의 아래에

❺Buổi diễn 唄演 공연

❻tắt 𢤮 끄다

❼nghệ sĩ 藝士 예술가, 단원

❽biểu diễn 表演 연기, 연출, 연주

❾Hóa trang 化裝 변장

❿hấp dẫn 吸引 재미있는, 매력적인

中國	韓國	越南
你在哪儿买的票？ Nǐ zài nǎ'er mǎi de piào 니 짜이 나알 마이더 퍄오	표 어디서 샀니	Bạn mua vé ở đâu 伴 膜 派於 兠 반 무어 배 어 더우
我昨天排了一天的队也没买着 Wǒ zuótiān páile yītiān de duì yě méi mǎizháo 워어쭈오티앤파일러이티앤더뛔이 이예 메이 마이 짜오	어제 종일 줄 섰지만 못 샀어	Tôi xếp hàng cả ngày hôm qua nhưng không mua được vé 碎 摄行 奇暒 蟲戈 仍 空 膜 特派 또이 쎕항 까응아이 홈꽈 녕 꽁 무어 드억 배
我在网上订的 Wǒ zài wǎngshàng dìng de 워어 짜이 왕샹 띠잉 더	온라인으로 주문했어	Tôi đặt vé trên mạng 碎 達 派 蓮 絚 도이 닷 배 젠 망
我等这场芭蕾公演等了一年了 Wǒ děng zhè chǎng bālěi gōngyǎn děngle yìniánle 워어 덩 쩌차앙 발레이 꿍이앤 덩러 이이 니앤러	나는 이번 발레 공연을 일년을 기다렸어	Tôi đã đợi xem múa ba lê trong một năm 碎 㐌 待 貼 䨲ba lê 𥪝 爻 醂 또이 다 더이 쎔 무어바레 종 못 남
今天得早点儿出门 Jīntiān děi zǎodiǎnr chūmén 찐티앤 데이 짜오디알 추우머언	오늘은 일찍 나가야지	Hôm nay ta nên đi sớm 𣋚 恩 嗲 铖 拸 𣷷 홈 나이 따 넨 디 써엄
他们演得真好 Tāmen yǎn dé zhēn hǎo 타먼 이앤 더 쩌언 하오	그들 연기 정말 좋다	Hô diễn rất hay 戶 演 慄 哈 호 지언 젓 하이
音响效果也很好 Yīnxiǎng xiàoguǒ yě hěn hǎo 인샤앙 샤오꾸어 이예 허언 하오	음향효과도 정말 좋아	Âm thanh cũng rất tuyệt 音 聲 供 慄 絶 엄 타잉 꾸응 젓 뚜웻

❶排队 páiduì 1.정렬하다 2.열을 짓다 3.정리하다
❷买着 mǎizháo 사서 손에 넣다. 사 가지다
❸芭蕾 bālěi 발레 ballet
❹出门 chūmén 1. 외출하다 2.집을 떠나 멀리 가다 3.출가하다
❺xếp hàng 摄行 줄 서다
❻cả ngày 奇暒 하루 종일
❼múa ba lê 䨲ba lê 발레공연
❽ta 嗲 나
❾âm thanh 音聲 소리, 사운드
❿tuyệt 絶 1.자르다 2.절묘한 3.대단히

129

中國	韓國	越南
我觉得还不如在家听CD呢? Wǒ juédé hái bùrú zàijiā tīng CD ne 워어 쥐에더 하이 뿌루우 짜이지애 팅 CD녀	집에서CD로 듣는게 나을 것 같은데	Tôi thích nghe CD ở nhà hơn 碎 適 喏 CD 於 茹 欣 또이 팃 응에 CD 어 냐 헌
在家哪能跟现场比呢? Zàijiā nǎ néng gēn xiànchǎng bǐ ne 짜이지아 나 너엉 꺼언 시앤차앙 비이 너	집에서와 현장에서와는 비교할 수 없지	Xem ở nhà sao hay bằng xem trực tiếp 貼 於 茹 吵 咍 朋 貼 直 接 쌤 어냐 싸오하이 방쌤 쯔억 띠업
现场的效果完全不一样 Xiànchǎng de xiàoguǒ wánquán bù yīyàng 시앤차앙더 샤오꾸어 와안치앤 뿌 우 이양	현장효과는 완전히 다릅니다	Cảm giác khi xem trực tiếp rất khác biệt 感覺 欺 貼 直接 慄 恪別 감작 키쌤 쯔윽띠업 젓 카악 비엿
结束后我想去后台和演员们合影 Jiéshù hòu wǒ xiǎng qù hòutái hé yǎnyuánmen héyǐng 지에슈허우 워어 시앙 취 허우타이 허어 이앤위앤먼 허어이잉	다 끝나면 무대 뒤로 가서 연기자들과 같이 사진 찍으려고 합니다	Tôi muốn chụp hình với nghệ sĩ đằng sau hậu trường 碎 憫 執形 唄藝士 當艭 後場 또이 무언 쯥 힝 버이 응에씨이 당 싸우 허우 쯔엉
我拿到他的签名了 Wǒ ná dào tā de qiānmíngle 워어 나아 따오 타더 치앤미잉러	난 그의 사인을 받았어	Tôi có được chữ kí của anh ta rồi 碎 固 特 字記 貼 侯耙 耒 또이 꼬 드억 쯔끼 꾸어 아잉따 조이

●还不如 hái bùrú 오히려 ~하다, 외려, 도리어, 차라리

●结束 Jiéshù 1.끝나다 2.종결 3.결산 4.몸단장하다

●合影 héyǐng 1.함께 사진을 찍다 2.단체사진

●签名 qiānmíng 서명하다

●trực tiếp 直接 직접

●cảm giác 感覺 1. 감각 2. 민감 3. 의식

●khác biệt 恪別 다르다. 틀리다

●chụp hình 執形 사진찍다

●đằng sau 當艭 배면,후방,막후

●hậu trường 後場 무대 뒤

●chữ kí 字記 싸인

●anh ta 侯耙 그들

中國	韓國	越南
请您先按业务种类取号 Qǐng nín xiān àn yèwù zhǒnglèi qǔ hào 치잉 닌 시앤안 이에우우 종레이 취하오	업무종류 번호를 먼저 받으세요	Quý khách vui lòng nhận số thứ tự 貴客 憑悉 認 數 次序 꿰이 카일 부이롱 년 쏘 트뜨
五十号客户请到五号柜台办理 Wǔshí hào kèhù qǐng dào wǔ hào guìtái bànlǐ 우셔 하오 커후 치잉 따오 우우하오 꿰이타이 빠안리	50번 손님 5번 업무카운터로 오세요	Mời khách hàng số năm mươi đến quầy số năm 哶 客行 數 舗进 到 櫃 數舗 머이 카일항 쏘 남므어이 뗀 꿰이 쏘 남
我想存五万块钱 Wǒ xiǎng cún wǔ wàn kuài qián 워어 시앙추운 우우완 콰이 치앤	5만위안 저금하려고요	Tôi muốn nộp năm mươi nghìn yuan 碎 憫 納舗 进 釿 元 또이 무언 놉 남므어이 응인 위앤
请您填一下存款单 Qǐng nín tián yīxià cúnkuǎn dān 치잉니인 티앤이샤 추운콰안 딴	입금신청서 써 주세요	Vui lòng điền vào giấy nộp tiền 憑 悉 田 舼紙 納 錢 부이롱 디엔봐오 져이 놉 띠언
请输入密号 Qǐng shūrù mì hào 치잉 슈루우 미이 하오	비밀번호 입력하세요	Quý khách vui lòng điền mật khẩu 貴客 憑 悉 田 密口 꿰이 카일 부이롱 디엔 멋 커우
密码是几位数来着? Mìmǎ shì jǐ wèi shǔ láizhe 미마 셔 지웨이 슈우 라이저	비번은 몇자리 수 인가요	Mật khẩu có bao nhiêu chữ số 密 口 固包 慦 字 數 멋 커우 꼬 바오니유 쯔 쏘
请在右下角签字 Qǐng zài yòu xià jiǎo qiānzì 치잉짜이 여우시아 지아오 치앤쯔	우측 아래 끝에 사인 하세요	Vui lòng ký tên vào góc phải bên dưới 憑 悉 記 蚣 舼 角 沛边 舺 부이롱 끼 뗀 봐오 곡 파이벤 즈어이

❶取号 qǔ hào 번호를 뽑다
❷客户 kèhù 1.다른 곳에서 이주하여 온 사람 2.고객
❸柜台办理 guìtái bànlǐ 업무 카운터
❹存 cún 1.있다 2.보존하다 3.모으다 4.맡기다
❺填 tián 1.채우다 2.보충하다 3.기입하다 4.칠하다

❻存款单 cúnkuǎn dān 예금전표

❼输入 shūrù 1.들여보내다 2.수입 3.입력

❽密码 mìmǎ 1.암호 2.비밀 번호 3.비밀 번호 4.패스워드

❾右下角 yòu xià jiǎo 우측 아래 모서리

❿签字 qiānzì 싸인

⓫nhận số thứ tự 認數次序 차례번호(순서표)를 받다

⓬nộp 納 내다, 바치다, 제시하다

⓭điền vào 田𠏦 기입하다

⓮giấy nộp tiền 紙納錢 입금신청서

⓯mật khẩu 密口 비밀번호, 암호

⓰chữ số 字數 숫자

⓱góc phải bên dưới 角沛边𡮈 우측아래 모서리

中國	韓國	越南
这取款机好像坏了 Zhè qǔkuǎn jī hǎoxiàng huàile 쩌 취콰안지 하오시앙 화일러	이 출금기 고장 난 듯 하다	Máy ATM này bị hỏng rồi 樻 ATM 尼 被 吼 耒 마이ATM 나이 비 홍 조이
不会吧? 再试试 Búhuì ba? Zài shì shì 부우 훼이 바? 짜이 셔셔	안되요? 다시 해 보시죠	Không thể? Thử lại lần nữa đi 空勢? 試 吏 吝 𠍤 攸 콩 테? 트 라이 런 느어 디
你输入的密码不对 Nǐ shūrù de mìmǎ búduì 니 슈루우더 미이마 부뚸이	입력한 비번이 틀려요	Sai mật khẩu 搓 密 口 싸이 멋 커우
我按错键了 Wǒ àn cuò jiànle 워어 안 추오 지앤러	잘 못 눌렀어요	Tôi ấn sai phím 碎 印 搓 phím 또이 언 싸이 핌

❶取款机 qǔkuǎn jī 현금지급기

❷坏 huài 1.나쁘다 2.상하다 3.나쁘게 하다 4.…하여 죽겠다

❸Máy ATM 樻 ATM 현금출납기

❹bị hỏng 被吼 고장나다

❺lần nữa 吝𠍤 한번 더

❻Sai 搓 틀린, 잘못된

❼ấn 印 1.누르다 2.쑤셔넣다

132

中國	韓國	越南
请问怎么办理汇款? Qǐngwèn zěnme bànlǐ huìkuǎn 치잉원 쩐머 빤리이 훼이콴	송금절차가 어떻게 되죠	Xin lỗi, cho tôi hỏi làm thủ tục chuyển tiền như thế nào 吀纇, 朱 碎嗨 ⼞ 手續 轉錢 如 勢㘄 씬로이,쪼또이호이 람 투뚭 쭈웬 띠언 녀 테에 나오
您有对方的账号吗? Nín yǒu duìfāng de zhànghào ma? 닌여우 뚜에이팡 더 짜앙 하오마	상대방 구좌번호를 아세요?	Ông có số tài khoản của người nhận tiền chuyển không 翁 固 數 財款 貼 㘮 認錢 轉 空 옹 꼬 쏘 따이콴 꾸어 응어이 년 띠언 쭈웬 콩
一般十分钟就能到账 Yībān shí fēnzhōng jiù néng dào zhàng 이이빠안 셔 펀쭝 지우 너엉 따오 짱	보통 10분내에 전달되죠	Thường thì thanh toán sẽ nhận được trong mười phút 常時 清算 吡 認特 㘃 進發 트엉티 타잉또안 쌔 년드억 쫑 므어이 풋
手续费怎么算 Shǒuxù fèi zěnme suàn 셔우쉬 페이 쩐머 쑤안	수속비는 어떻게 내나요	Phí dịch vụ là bao nhiêu 費 役 務 羅包 嫠 피이 직 뿌 라 바오 니유
收取汇款金额的百分之一 Shōuqǔ huìkuǎn jīn'é de bǎi fēn zhī yī 셔우취 훼이콴 찐어더 바이펀즈이	송금액의 1%입니다	Chúng tôi sẽ tính một phần trăm lượng tiền chuyển đi 眾碎 吡 併 爻分㣞 量 錢 轉㩴 쭈웅또이 쌔 띠잉 못 펀짬 르엉 띠언 쭈웬 디
每笔最高收取五十元 Měi bǐ zuìgāo shōuqǔ wǔshí yuán 메이삐이 쮀이까오 셔우취 우셔 위앤	거래당 최고 50위안 받습니다	Mức cao nhất cho mỗi lần chuyển là năm mươi yuan 墨 高一 朱 每㐌 轉 羅 甂进 믁 까오 녓 쪼 모이런 쭈웬라 남 므어이 풋
我已经把货款汇到你账户里了 Wǒ yǐjīng bǎ huòkuǎn huì dào nǐ zhànghù lǐle 워어 이징 바 후어콴 훼이따오 니 짱 후 리일러	당신 계좌로 상품대금을 이미 송금했어요	Tôi đã chuyển tiền vào tài khoản thẻ của ông 碎 㐌 轉 錢 㦞 財款 䋲 貼 翁 또이 다 쭈웬 띠언 봐오 따이 콴 테 꾸어 옹

❶汇款 huìkuǎn 송금하다

❷账号 zhànghào 계좌번호

❸手续费 Shǒuxù fèi 수수료

❹算 suàn (숫자를) 계산(하다). 셈(하다).

❺每笔 měi bǐ 매 거래당

❻账户 zhànghù 1. 계정계좌 2.거래 3.계정 과목

❼chuyển tiền 轉錢 송금, 돈을 부치다

❽tài khoản 財款 은행구좌

❾nhận tiền 認錢 돈을 받아먹다, 받아 챙기다

❿thường thì 常時 주로, 보통, 자주, 대개

⓫phí dịch vụ 費役務 수수료

⓬tính 併 계산하다, 셈하다

⓭mức 墨 수준 정도

⓮mỗi lần 每吝 매번

中國	韓國	越南
你好,我的银行卡被偷了 Nǐ hǎo, wǒ de yínháng kǎ bèi tōule 니이 하오, 워어더 이인항 카 뻬이 터울러	안녕 하세요, 내 은행카드를 도둑 맞았어요	Xin lỗi, tôi bị mất thẻ ngân hàng 吀纇, 碎被 诶 箖 銀 行 씬로이, 도이 비멋 태 응언 항
您记得卡号吗? Nín jìdé kǎhào ma 니인 지이더 카아 하오마	카드번호 기억하세요?	Ông có nhớ số thẻ không 翁 固 忦 數 箖 空 옹 꼬 녀 쏘 태 콩
卡上大概还有多少钱? Kǎ shàng dà gài hái yǒu duōshǎo qián 카아샹 따아까이 하이여우 뚜어샤오 치앤	카드에 잔액 얼마나 있나요	Số dư trên thẻ là bao nhiêu 數 餘 違 箖 羅 包 趬 쏘 즈 쩬 태 하 바오 니유
您的身分证带了吗? Nín de shēnfèn zhèng dàile ma? 니인더 션펀쩌엉 따일러마	신분증 가지고 있나요	Ông có mang theo mẫu khai nhận dạng 翁 固 芒 蹺 卯開認樣 옹 고 망테오 머우카이년장
这是我的护照 Zhè shì wǒ de hùzhào 쩌 셔 워어더 후우쨔오	여기 내 여권입니다	Đây là hộ chiếu của tôi 低 羅 護 照 貼 碎 더이 라 호 찌어우 꾸어 또이
请交十块钱手续费 Qǐng jiāo shí kuài qián shǒuxù fèi 치잉쟈오 셔 콰이 치앤 셔우쉬 페이	수수료 10위앤 주세요	Phí đăng kí báo mất tái cấp thẻ là mười yuan 費 登記 報 诶 再給 箖 羅 进元 피 당끼 바오 멋 따이껍라 므어이 위앤
三个工作日后来取 Sān gè gōngzuò rì hòu lái qǔ 싼꺼 꿍쭈오 러 허우 라이 취	영업일 3일 후에 와서 찾으세요	Ông vui lòng đến nhận lại thẻ sau ba ngày làm việc 翁 愹悉 到 認吏 箖 豾 吧 喟 亠役 옹 부이롱 덴 녀라이 태 싸우 바 응아이 람 비억
到时还要带什么证件吗? Dào shí hái yào dài shénme zhèngjiàn ma? 따오셔 하이야오 따이 셔언머 쩌엉지앤 마	올 때 또 무슨 서류를 가져와야하나요?	Lúc đó tôi có cần mang theo giấy tờ gì nữa không 昤妬 碎 固 勤 芒蹺 紙詞 之 女空 륙도 또이 꼬 껀 망테오 져이 떠 지 느어 콩

带上挂失单就行了 Dài shàng guàshī dān jiùxíngle 따이샹 꽈아셔 딴 지우 시잉러	분실신고서만 가지고 오세요	Chỉ cần báo lại thẻ bị mất là được 只 勤 報吏 筏 被诛 羅 特 찌 껀 바오라이 태 비멋 라 드억

❶被偷 bèi tōu 도둑맞다

❷记得 jìdé 기억하고 있다

❸护照 hùzhào 여권,증명서

❹挂失单 guàshī dān 분실신고서

❺bị mất 被诛 잃어버리다, 뺏기다

❻nhớ 忟 생각해내다, 기억하다

❼số dư 數餘 잔액, 나머지 수

❽mẫu khai nhận dạng 卯開認樣 신분증명서

❾hộ chiếu 護照 여권

❿tái cấp 再給 갱신하다, 재발급

⓫nhận lại 認吏 되돌려받다

⓬lúc đó 昳妬 그 때에

中國	韓國	越南
现在电话费也能在银行交,真方便 Xiànzài diànhuà fèi yě néng zài yínháng jiāo, zhēn fāngbiàn 시앤짜이 띠앤화페이 이예 짜이 이인항 쟈오 쩐 파앙 삐앤	이제 전화비도 은행에서 낼 수 있어 정말 편리해	Ngày nay cước điện thoại có thể thanh toán tại ngân hàng, thật là tiện lợi 哴尼 脚電話 固體 清算 在 銀行, 實 羅 便利 응아이 나이 끄억디엔토아이 꼬테에 타잉또안 따이 응언항, 텃라 띠언 러이
我才想起来, 我电话费还没交呢 Wǒ cái xiǎng qǐlái, wǒ diànhuà fèi hái méi jiāo ne 워어 차이 시앙치라이, 워어 띠앤화 페이 하이 메이 쟈오 너	막 생각났어, 집 전화비를 아직 내지 않았네	Tôi vừa nhớ ra, là chưa thanh toán cước điện thoại bàn 碎 㧣 忟 䏲, 羅 楮 清算 脚 電話 盤 또이 브어 녀 자, 라 쯔어 타잉또안 끄억 디엔 토이아 반
现在来不及了吗? Xiànzài láibujíle ma 시앤짜이 라이 뿌우 질러마	지금은 너무 늦었나?	Bây giờ trễ rồi phải không 曛 暴礼 未 沛 空 버이져 쩨에 조이 파이 콩
银行五点就关门了 Yínháng wǔ diǎn jiù guānménle 이인항 우우디앤 지우 꽌먼러	은행은 5시에 문닫아	Ngân hàng đóng cửa lúc năm giờ chiều 銀行 揀䡄 昹 舗 暴 晑 응언항 동꾸어 룹 남 져 찌어우
明天早上九点我再去交 Míngtiān zǎoshang jiǔ diǎn wǒ zài qù jiāo 미잉티앤 짜오샤앙 지우 디앤 워어 짜이 취 쟈오	내일 오전 9시에 다시 가서 내야겠어	Ngày mai chín giờ sáng tôi đi nộp lần nữa 時辰 尨暴 烆 碎 核 納 吝 女 응아이 마이 찌인져 상 또이 디 놉 런 느어
银行周末不休息吧? Yínháng zhōumò bù xiūxí ba? 이인항 쩌우무어 뿌 시우시 바	은행은 주말에도 일하나요?	Ngân hàng vẫn làm việc cuối tuần phải không 銀行 吻 𠓨役 檜句 沛 空 응언항 번 람비억 꾸오이 뚜언 파이 콩
没关系, 提款机上也可以交费的 Méiguānxì, tí kuǎn jī shàng yě kěyǐ jiāo fèi de 메이꽌시, 티이꽌지샹 이예 커어이 이 쟈오 페이더	괜찮아, ATM에서도 납부할 수 있어	Đúng, nhưng bạn vẫn có thể thanh toán bằng máy ATM 車, 仍伴 吻 固體 清算 朋 檤ATM 두웅, 녕 반 번 꼬테에 타잉또안 방 마이 ATM

137

❶想起来 xiǎngqǐlái 생각나다, 떠오르다

❷来不及 láibují 1.미치지 못하다 2.손쓸 틈이 없다 3.시간이 맞지 않다 4.여유가 없다

❸提款机 tíkuǎnjī ATM기

❹cước điện thoại 脚電話 전화비

❺tiện lợi 便利 편리한

❻nhớ ra 忮黜 생각나다

❼điện thoại bàn 電話 盤 집전화

❽trễ 礼 뒤늦은, 때늦은

❾đóng cửa 揀羋 문을 닫다

❿đúng 申 1.올바른 2.정확한

中國	韓國	越南
真的啊? 真是太方便了 Zhēn de a? Zhēnshi tài fāngbiànliǎo 쩐언더아, 쩌언더 타이 파앙비앤러	진짜? 정말로 편하네	Thật sao ? Tiện lợi thật 實 牢? 便 利 實 텃 싸오? 띠엔 러이 텃
上网费也能交吗? Shàngwǎng fèi yě néng jiāo ma 샤앙와앙 페이 이예 너엉 쟈오 마	인터넷으로도 낼 수 있나요?	Cước internet cũng thanh toán được phải không 脚internet 供清算特沛空 끄억 인터넷 꾸옹 타잉또안 드억 파이 콩

138

3장

중한베 3국어 욕설 대역

中國	韓國	越南
屌肏的 diǎocào·de 띠아오 차오 더	씨발 놈	Tổ cha mày 祖 吒 𢄂 또 짜 마이
肏他妈的 cào tāmā·de 차오 따아 마아더		Tổ me mày 祖 媄 𢄂 또 메 마이
王八蛋　　　狗崽子 wáng·badàn　　gǒuzǎi·zi 와앙 빠 딴　　꺼우 짜쯔	개새끼	chó đẻ 犬 䚡 쪼 데
你想找死啊？ nǐ xiǎng zhǎo sǐ a？ 니 시앙 짜오 쓰 아 揍你啊！ zòu nǐ a！ 쩌우 니 아	이 새끼 죽을래? 디질래? 죽을래?	đồ chết tiệt 圖 𣩂 絶 도 쩻 띠엣
		Chó Chết 犬 𣩂 쪼 쩻
		Muốn Chết À 憫 𣩂 À 무언 쩻 아
鳖蛋下的 biē dàn xià de 삐에 딴 샤 더	이 새끼	thằng khốn 尚 困 탕 콘
坏人　　坏蛋　　坏东西 huàirén　huàidàn　huàidōng·x 화이러언　화이딴　화이뚱시	나쁜 놈, 인간쓰레기! 짐승같은 놈!	thú cặn bã 兽 浐 粑 투 깐 바아
家伙 jiā·huo 지아 후어	이 녀석 (부자사이, 친구사이)	đồ chó 圖 犬 도 쪼
浑蛋 húndàn 훈딴	못 배운놈 호로~자식	Hắn là đồ mất dạy 漢 羅 圖 杗 敎 한 라 도 멋 자이
肏蛋 càodàn 차오딴	바보, 얼간이, 병신~지랄	đồ điên 圖 癲 도 디언
王九蛋 wángjiǔdàn 와앙 지우 딴	도라이! 싸이코!	điên điên 癲 癲 디언 디언
疯子 fēngzi 펑즈		khùng khùng 窮 窮 쿵 쿵

中國			韓國	越南
傻瓜 shǎguā 샤아꽈아	二百五 èrbǎiwǔ 어얼바이우우		바보, 병신~	đồ ngu 圖 愚 도 응우
他妈的 tāmā·de 따아 마아더			아~씨바, 니기미~	mẹ kiếp 媄 劫 매 끼엡 địt mẹ �騺 媄 딧 매
傻蛋 shǎdàn 샤아딴	十三点 shísāndiǎn 셔 싼띠앤		바보, 병신~	Ngu như bò 愚 如 輔 응우 녀 보
傻子 shǎ·zi 샤아 즈	呆子 dāi·zi 따이 즈	三八 Sānbā 싼빠아		Ngu như chó 愚 如 犬 응우 녀 쪼
变态 biàntài 삐앤 타이			변태!	Biến Thái 变 態 삐엔 타이
滚下去 gǔn·xià·qu 꾼 샤 취	滚开 gǔn·kai 꾼 카이	滚犊子 gǔn dú·zi 꾼 뚜즈	꺼져!	cút đi 㩲 㩮 꿋 디
出去 chū·qù 츄 취			나가!	đi đi 㩮 㩮 디 디
关脱 guāntuō 관투어	闭嘴 bìzuǐ 삐쮀이		아가리 닥쳐! 입 닥쳐!	câm họng 襟 肌 껌 홍 câm mồm 襟 吲 껌 몸
肃静 sùjìng 쑤우 지잉			조용히 해!	im đi 奄 㩮 임 디
保持安静 bǎochí'ānjìng 바오츠 안징				im mồm 奄 吲 임 몸
受辱 shòurǔ 셔우 루우			욕먹다	Ăn Chửi 咹 吜 안 쯔이